கருவறைக்கு வெளியே

கவிதா லட்சுமி

டிஸ்கவரி பப்ளிகேஷன்ஸ்

எண்: 9, பிளாட் எண்: 1080A, ரோஹிணி பிளாட்ஸ்
முனுசாமி சாலை, கே.கே.நகர் மேற்கு,
சென்னை – 600 078. பேச: 99404 46650

கருவறைக்கு வெளியே (சிறுகதை)

ஆசிரியர்: கவிதா லட்சுமி©

KARUVARAIKKU VELIYE (Short Stories)

Author: **Kavitha Latsumi**©

Printed In India

First Edition: May-2013, Second Edition May- 2022

வெளியீட்டு எண்: 0159

ISBN No : 978-81-925627-1-1

Pages: 95

Publisher • *Sales Rights*

Discovery Publications	**Discovery Book Palace (P) Ltd**
No. 9, Plot,1080A, Rohini Flats,	No. 6, Mahaveer Complex,
Munusamy Salai,	Munusamy Salai,
K.K.Nagar West, Chennai - 600 078.	K.K.Nagar West, Chennai-600 078.
Mobile: +91 99404 46650	Ph: (044) 4855 7525 , 87545 07070

discoverybookpalace@gmail.com

WWW.DISCOVERYBOOKPALACE.COM

உங்கள் மொபைல் போனிலிருந்து ஸ்கேன் செய்து 'டிஸ்கவரி புக் பேலஸ்' மொபைல் ஆப்பை டவுன்லோடு செய்து, புத்தகங்களை வாங்குங்கள்.

பிஞ்சுத் தோள்களுக்கும்...
குழந்தைப்போராளிகளுக்கும்....

நன்றி

திரு.குகதாஸ்

உள்ளே உறைந்திருப்பவை

மதிப்புரை

காலத்தின் பயணம்..!

புலம் பெயர்ந்த இலக்கியப் போக்குகளே இன்று ஈழத் தமிழரின் இலக்கிய வரலாற்றின் இன்றியமையாதவையாக நிலைத்திருக்கின்றன. ஒரு மனிதனின் உணர்ச்சிகளை வெளிப்படுத்திச் செல்லும் எழுத்துக்கள் ஆரம்ப நிலை தாண்டிச் செல்லச் செல்ல அனுபவ முதிர்ச்சினையே பெரும்பாலும் நிரம்பியிருக்கும்.

சிலர் தம்முடைய எழுத்துக்களைத் தாமே சிலாகித்து, தாம் மட்டும்தான் சிறந்த, முதன்மையான எழுத்தாளர்கள் என இணைய தளங்களை நிரப்பிக் கொண்டிருப்பதோடு மட்டுமல்லாது ஈழத் தமிழ் நடைய எழுத்துக்கள் 'வெறும் புலம்பல்கள்' என்றும் பிரச்சாரம் செய்கின்றார்கள். எழுத்துலகின் யாம்பவான்களுக்கு எப்படித் தெரியாமல் போகலாம் ஈழத் துயரத்தை நெடும் காலத்தின் பயணம் மட்டுமே சிறிதாவது கரைக்கும் என்பது. நூறு வருடங்களுக்கு மேலாகியும் திரும்பத் திரும்பப் பேசிக் கொண்டிருக்கும் பல பிரச்சனைகள் மத்தியிலே யுத்தம் ஓய்ந்து பல லட்சம் உயிர்களை, உடைமைகளை, மண்ணை, இழந்த மக்கள் எப்படி வெறும் நான்கு வருடத்தில் மறந்து போய்விட முடியும்.

கவிதாவினுடைய எழுத்துக்களைப் படித்திருக்கிறேன். புலம் பெயர்ந்த சூழல் மனிதனை எவ்வாறு ஆக்குகிறது என்ற உணர்வு, இழப்புகளின் ஏக்கம், பெண்ணியல் துன்பம் சார்ந்த கருத்துக்கள் விரவியிருக்கும் பெரும்பான்மையாக 'தொட்டிப் பூக்கள்' 'கறுத்தப் பெண்' போன்ற கவிதை நூல்களிலிருந்து வித்தியாசமான ஓர் உரைநடை மொழியில் பயணக் கட்டுரைகள், பிடித்த எழுத்துக்கள் எனக் கட்டுரைகளாகத் தொகுத்திருக்கிறார்.

ஒவ்வொரு பயணங்களும் வாழ்க்கைக்குரிய சிறந்த அனுபவங்கள் என்றே நான் கருதுகின்றேன். எட்டு மாதத்தில்

வயிற்றைத் தொலைத்த ஓர் கர்ப்பிணித் தாயின் மன ஓலமாயே வலிகளின் ஒலிகள் எங்கு திரும்பினாலும் ஒலித்துக் கொண்டிருக்கிறது. பேச வேண்டியது, பேசக் கூடாதது என்ற கற்பிதங்களின் அடிப்படையிலேயே வாழ்ந்து கொண்டிருக்கும் ஒழுக்கத்தின் நியாயமான தரங்கள் என்றறிந்த எல்லாம் மிகப் பிறழ்வுற்ற நிலையில் காண்கிறேன்.

ஆசையோடு சென்ற ஒவ்வொரு தடவையிலும் இது நம்முடைய நாடு கிடையாது என்ற உணர்வை அந்த அளவிற்கு உணவிலிருந்து உணர்வு வரை மாறிப் போய்க் கிடக்கிறது. கவிதாவினுடைய கருவறைக்கு வெளியே என்ற இத்தொகுப்பில் இடம் பெற்றிருக்கும் ஒவ்வொரு தலைப்பும் ஒவ்வொரு அனுபவத்தினைச் சொல்லிச் செல்கிறது. இந்நூலில் உள்ளடங்கியிருக்கும் பன்னிரண்டு தலைப்புகளும் வலியின் ஓலங்களாகவே நான் கருதுகிறேன். உணர்வுடைய எந்த மனிதனும் இந்த ஓலங்களைத் தாண்டிச் சென்றுவிட முடியாது. அதற்கும் அப்பால் அப்படி அப்படியே பதிவு செய்வதற்கு அசாத்தியமானதொரு துணிவு வேண்டும். அது கவிதாவிடம் நிறைய இருப்பதாகவே எனக்குத் தோன்றுகிறது.

முதலில் 'உஷ் இதெல்லாம் வெளியே சொல்லக் கூடாது' என்ற தலைப்பும் இறுதியாகப் படித்த 'கதறலின் வாடை' என்ற தலைப்பும் மனதை இறுக்கி பிசைகிறது. இன்று நிறையவே நடக்கிறது. ஆனால் கிட்டத்தட்ட 25 ஆண்டுகளுக்கு முன்பே நடைபெறுகிறபோது எதிர்க்கவும், தவிர்க்கவும் இயலாமல் பெண் என்ற அடைப்புக்குள் இறுக்கத்துடன் கலந்து உழலும் பெண்மைக்கு எதையும் இட்டு நிரப்ப முடியாது.

இந்நூலில் ஒவ்வொரு தலைப்பும் பல மனிதர்களின் வலியை சொற்களின் வடிவத்திற்குள் இழுத்துக் கொண்டு இருக்கும். கவிதாவின் 'கருவறைக்கு வெளியே' புரந்த காலங்களில் அவலச் சுவடுகளே!

நட்புடன்,
கவிஞர்
ஈழவாணி

இருளுக்குள் புகுழன்...

கோடைகாலம். சாமம் கடந்துவிட்டிருக்கிறது. இது பகல் பூசிய வெள்ளை இரவு. தூக்கத்தைத் தொலைத்த கோடைச்சூரியன் போல அடைத்த வீட்டின் சுவர்களை வெறித்த வண்ணம் நான் அமர்ந்திருக்கிறேன். செயற்கையாய் சிருஷ்டித்த திரைச் சீலைகளை ஊடுருவிக்கொண்டு, அதன் இடுக்கு களினூரடே பாயும் சூரியக்கோடுகளின் தொந்தரவை மேவி எனது மகன் உறங்கிக் கொண்டிருக்கின்றான். வாழ்க்கையின் அற்புதமான குழந்தைப்பருவத்திலிருக்கும் என் மகனைப் பார்த்துக் கொண்டிருக்கிறேன் நான். இத்தகைய அமைதியான நேரங்கள் எப்போதும் கிடைப்பதற்கில்லை.

இந்தப் பருவத்தில் மட்டும்தான் வாழ்க்கையைச் சுமையாகப் பார்க்கத் தேவையில்லை, சொந்தமாக எந்த முடிவையும் எடுக்க தேவையில்லை. எதற்கும் பொறுப் பாளியாக இருக்க வேண்டியதில்லை. வாழ்க்கையின்

சந்தோசத்தை மட்டுமே தேடி ஓடும் குழந்தைப்பருவம் ஒவ்வொருவருடைய மனதிலும் ஆழப் பதிந்து விடுகிறது. ஆனால் இன்றைய உலகில் எல்லாமே நெருக்குதலுக்கு உள்ளாகி இருக்கிறது. பிரச்சனைகள்; இன்றி எவர் வாழ்வும் இருப்பதில்லைதான் என்றாலும், குழந்தைகளின் வாழ்க்கையும் நெருக்குதலுக்கு உள்ளாகி இருப்பதன் காரணி பெரியவர்களின் ஆசைகளே என்பது கசப்பான நிதர்சனம்.

மனிதநேயம் கொண்டவனாக, சமுக உணர்வும், சமுகப்பற்றும் கொண்டவனாக, பரந்து விரிந்த அறிவை பெறக்கூடியவனாக குழந்தையை வளர்க்க வேண்டும் என்பதே ஒவ்வொரு பெற்றோரரின் கனவாக இருக்கின்றது. குழந்தைப்பருவம் எப்பொழுதும் தேடல் மிக்கது. ஒவ்வொரு கணப்பொழுதிலும் வாழ்வுபற்றிய தேடலைக்கொண்டிருப்பது. குழந்தைப்பருவத்தில் மனதில் பதிபவற்றைக் கொண்டே அவர்களது வாழ்க்கையும் நிர்ணயம் செய்யப்படுகின்றது. ஆனால் உலகில் பிறக்கின்ற எல்லாக் குழந்தைகளுக்கும் வாழ்க்கை சுமையற்றதாக, சந்தோசம், விளையாட்டு மிக்கதாக இருப்பதில்லை.

சிறுவர்களை போர் நடவடிக்கைகளில் ஈடுபடுத்துவதென்பது உலகியல் ரீதியில் காணப்படுகிற ஒரு விடயம். உலகில் முதல்முறையாக சர்வதேச குற்றவியல் நீதிமன்றத்தால் சிறார்களை படையில் சேர்த்து ஆயுதப்போராளிகளாக்கிய குற்றச்சாட்டில், காங்கோவின் முன்னாள் ஆயுதக் குழுத் தலைவரான தொமஸ் லுபாங்காவுக்கு பதினான்கு ஆண்டுகள் சிறைவாசம் கொடுக்கப்பட்டிருக்கிறது. சிறுவர் உலகின் பல பாகங்களிலும் நடைபெறும் யுத்தங்களில் இளம் போர் வீரர்களாக ஈடுபடுத்தப்படுவது உலகில் புதிய விடயமில்லை. தமது தலைவனின் பாராட்டுதலுக்காகவே தீவிரமாய், மூர்க்கமாய் போர்புரியக்கூடியவர்களாய் குழந்தைப் போராளி கள் இருக்கின்றனர். ஆண்டுதோறும் இலட்சக் கணக்கான சிறுவர்கள் போர் நடவடிக்கைகளால் கொல்லப் படுவதும், இலட்சக்கனக்கான சிறுவர்கள் வீடிழந்து நிர்க்கதிக் குள்ளாகிக் கொண்டிருப்பதும் உலகில் வெகு சாதாரண நிகழ்வுகளாக காலாகாலமாய் இருந்து வந்திருக்கின்றது.

போராளிக்குழந்தைகள் என்றதும் துப்பாக்கியுடனும் கெரில்லா உடையுடனும் இருக்கும் பதினெட்டுவயதிற்குட் பட்டவர்கள் என்றிருக்கத் தேவையில்லை. நிராயுதபாணியாக

குழந்தைப் போராளிகள் பல்வேறு இடங்களில் வேறுவேறு தளங்களில் போராடிக்கொண்டிருக்கின்றனர்.

எம்போன்ற வயது வந்தவர்களினால், அக்கறையற்ற, சலனமற்ற சமூக அமைப்பினால், சீரற்ற குடும்பநிலைகளினால், உறவுகளால், தலைவர்களால் குழந்தைகள் போராளிகளாய் உருவாக்கப்பட்டுக் கொண்டிருக்கின்றார்கள்.

மிகக்குறைந்தளவு பணத்திற்கு கடின உழைப்பை வழங்கக் கூடியவர்கள் சிறுவர்கள். ஏழ்மைநிலையால் குழந்தைத் தொழிலாளர்களாக மாற்றுதல் என்பது, குடும்ப வறுமை மற்றும் நாட்டின் பொருளாதார வீழ்ச்சி காரணமாகத் தோன்றுகின்றது. தீப்பெட்டித் தொழிற்சாலை, பட்டாசுத் தொழிற்சாலை, பாய் பின்னுதல், கட்டட வேலைகள், இரும்படித்தல் மற்றும் பாலியற் தொழிற்சாலை போன்ற பல தொழில்களில் குழந்தைகள் ஈடுபடுத்தப்படுகின்றனர்.

மிகக்குறைந்த செலவில் வேலை செய்யவும், மிக சுறுசுறுப்பாக வேலை செய்யக் கூடியவர்களுமாக சிறுவர்கள் இனம் காணப்பட்டிருக்கிறார்கள். பணக்காரர்களின் வீடுகளில் பணிபுரிகின்றனர், முதலாளிகளின் கொடுமைகளுக்கும் உள்ளாகின்றனர். அனாதரவாக விடப்பட்ட குழந்தைகள் தெருக்களில் அலைந்து பிச்சையெடுப்பதும், பாலியல் வன்முறைக்கு உள்ளாவதும் எமக்கு வெகு சாதாரணமாக நடைபெறும் விடயமாகவே இன்றுவரை இருக்கின்றது. குழந்தை உழைப்பாளிகள் தவிர பெற்றோர்களோடு வாழும் போதும் சிறுவர் துஷ்பிரயோகம் நிகழ்ந்து கொண்டு தானிருக்கிறது.

எமது சொந்த வாழ்விற்குள் எம்மைத் தொலைத்தவண்ணம், எமது சமூகத்தைப் பற்றிய பிரக்ஞையற்று பெரும் சுயநலவாதிகளாகவே நம்மிற் பலரும் வாழ்ந்து வருகின்றோம். யுனிசெஃப் அறிக்கையொன்றின்படி 250 மில்லியன் சிறுவர்கள் குழந்தைத் தொழிலாளர்கள் எம்மிடையே இருக்கின்றனர்.

வன்முறை என்பது மக்களிடையே கலந்துவிட்ட ஒரு குணமாக வளர்ந்திருக்கின்றது. இந்தப் பெரும் வன்முறையில் மிகவும் கொடுமையானது குழந்தைகள் மீதான வன்முறை. நாம் ஏன் வன்முறைக்கு உள்ளாக்கப்படுகிறோம், ஏன் பாலியல் வல்லுறவுக்கு ஆட்படுகிறோம், ஏன் சிறுவயதிலேயே

தொழிலாளர்களாக இருக்கின்றோம் என்று அறியாமல், இதுதான் வாழ்க்கை என்ற எண்ணத்தோடு வாழ்ந்து கொண்டிருக்கும் சிறுவர்களைப் பற்றிச் சிந்திக்கும்போது ஏற்படும் வலியை உலகில் வேறெதுவாலும் தரமுடியாது. சிறுவர்கள் வன்முறை என்பது வளர்ச்சியடைந்த நாடுகளிலும் நடைபெற்று வருவதற்கான காரணங்கள் வக்கிரம் கொண்ட, பொறுப்பற்ற வயது முதிர்ந்தவர்களே என்பதுதான் உண்மை.

இன்றைய கணினி யுகத்தில் பல சமூகங்களிடையே தொலைக்காட்சியுடனும், கணினியுடனும், கைவிளையாட்டுக் கருடனும் குழந்தைகளின் உலகம் மிகக் குறுகிவிட்டது. அவர் களுடைய குறுகிவிட்ட கணினியுலகு கொடுக்கும் உளவியற் தாக்கங்கள் அவர்களுடைய சிந்தனைக்குள் ஆழப்புகுந்து அவரது நடவடிக்கைகளை ஆக்கிரமித்து, மனிதத்தன்மைகளை மாற்றிவிடும் சக்தியாக இருக்கின்றது.

மேற்கூறப்பட்ட நிலைமைகளில் இருந்து சிறுவர்களைப் பாதுகாப்பதற்கு பல அமைப்புக்கள் உலகெங்கும் செயற் படுகின்றன. அதையும் தாண்டி பாலியல் வன்முறைகளும், சிறுவர் உரிமை மீறல்களும், குழந்தைப் போராளிகளை உருவாக்கும் கூட்டமும் தமது வக்கிரத்தை வீசியவண்ணமே இருக்கின்றன. சமூகத்தின் எதிர்காலத்தைத் தாங்குவதற்கான வலிமையையும், மனிதநேயத்தையும், அறிவுத் தேடலையும் வளர்க்க நாம் என்ன செய்யப்போகின்றோம்? வெறும் விளையாட்டுப் பொருட்களும், புத்தகங்களும் ஏற்படுத்தும் தாக்கத்தைவிட எமது பேச்சும், செயற்பாடுகளும், நடவடிக் கைகளும் குழந்தைகளின் மனதில் எளிதில் பதிந்துவிடுகின்றன. இயல்பாகவே குழந்தைகளிடம் நாம் காணும் அவர்களுடைய குறும்பு, புதியன அறியும் அவா, பண்பு, குதூகலம் என்பவை பல கணினி கைவிளையாட்டுக்களில் குறுகி விட்டிருக்கின்றன. சமூக அக்கறையையும், சமூகத்தில் அவர்களுடைய பங்களிப் பையும் நம் குழந்தைகளுக்கு கற்றுக் கொடுப்பதும், நுண்கணினி யுகத்திலிருந்து வெளியுலக கதவுகளை திறந்து காட்டுவதும் நமது கடமையென எம்முன் கிடக்கிறது.

எம் சமூகத்தின் மிகப்பெரிய வளர்ச்சியின்மை என்ன என்று பார்த்தோமானால் நாம் எதையும் வெளிப்படையாகப் பேசி விவாதிப்பதில்லை என்பதையே முக்கியமாகச் சொல்ல வேண்டும். கௌரவம், அந்தஸ்து போன்ற மனித மனதின்

எதிர்பார்ப்புகள் எம்மை சமூகத்திலிருந்து ஒளிந்து கொண்டு வாழும் மாயையைப் பழக்கிவிடுகிறது. மனதில் உள்ளதை வெளிப்படையாகப் பேச ஒவ்வொரு குழந்தைக்கும் தனது கைப்பொம்மையோ, கரடி பொம்மையோ தவிர்த்த ஒரு மனிதன் இன்றியமையாத தேவைக்குரியவனாகிறான். ஒரு குழந்தையின் கைப்பொம்மையின் இடத்தில் நான் இருக்கும் சந்தர்ப்பம் எனக்கு வாய்க்குமானால் அது என்னை ஒரு மனித னாக முழுமையடையச் செய்யும் என்றே நம்புகின்றேன்.

என்னைப் பாதித்த சம்பவங்களை நான் கவிதையாக எழுதி வைப்பதும் சில வேளைகளில் அவை ஒரு பதிவாக எழுதுவதும் எனது வழமை. இப்படி கட்டுரையாக, கதையாக நான் எழுதியவற்றைப் பார்த்தபோது பெரும்பாலான கதைகள் சிறுவர்களைப் பற்றியதாகவே இருப்பதை அவதானிக்கமுடிந்தது. இவை சிறுகதையா, கட்டுரையா, பத்திகளா என்று எல்லாம் நான் எழுதும் போது யோசிக்கவில்லை. எழுதியதை எழுதியபடியே இங்கே தொகுத்திருக்கின்றேன்.

எனது பதிவுகளில் 'நான்' என்பது உங்கள் நண்பர்களாக, அயல்வீட்டினராக, உங்கள் குழந்தைகளாக ஏன், நீங்களாகவே கூட இருக்கலாம். இக்கதைகளில் கற்பனைக் கலப்படமில்லை.

இச்சமூகத்தினால் மனநிலை பாதிக்கப்பட்ட குழந்தைகள் நாளை சமூகத்திற்கு பெரும் சவால்களாக இருப்பார்கள். அவர்கள் இப்போதும் என் மனதின் ஒரு பகுதியில் சிறு நடுக்கத்தை ஏற்படுத்திக்கொண்டே இருக்கின்றனர்.

தோழமையுடன்

கவிதா (நோர்வே)

இலையுதிர்காலப் பின்னிரவு

14.09.2012

Kavithai1@hotmail.com

'நாங்களும் துவக்கு வைச்சிருக்க வேணும், அம்மா!'

"இப்ப நீ சாப்பிடாட்டி கொண்டு போய் சிறிலங்கால விட்டிட்டு வந்திடுவேன். தெரியும் தானே... அங்க ஆமி புடிச்சுக்கொண்டு போயிடும்" என்று பயங்காட்டி பிள்ளைக்கு சாப்பாடு கொடுத்தவர்களை அல்லது தன் பிள்ளையிடம் வேறுவிடயங்களைச் சாதிப்பதற்காக தமது பிள்ளைகளுக்கு இந்த விதத்தில் பூச்சாண்டி காட்டியவர் களை நான் அறிவேன். என்னுடைய மகனுக்கும் எனக்கும் சாப்பாட்டு விடயத்தில் எப்போதும் போர்க்களம்தான் என்றாலும் இப்படிப்பட்ட பயங்காட்டி ஆயுதங்களை வைத்து நான் அவனை வெல்ல என்றும் முயற்சித்ததில்லை.

என் மகனுக்கு இப்பொழுது ஆறு வயது. நான் அவனுக்கு எப்பவும் இலங்கையில் உள்ள நல்ல விடயங் களைப் பற்றி சொல்வதில் ஆர்வமாயிருப்பேன். அவனும் என்னைப் பல குறுக்குக் கேள்விகள் கேட்டு தனது தாய் நாட்டைப் பற்றிய பல விடயங்களை கணிசமாகவே அறிந்து வைத்திருந்தான். இலங்கையைப் பற்றி பேச்சுக்கள் வரும் போது நான் எதைப்பற்றிப் பேசினாலும் அவன்

முக்கியமாகக் கேட்கும் கேள்வி எனது அப்பாவைப் பற்றிய தாகவே இருக்கும். அநேகமாக அவன் நோர்வேஜிய மொழி யிலேயே கேள்விகளைக் கேட்பான். நான் முயற்சித்து தமிழில் அவனுக்குப் பதில் சொல்லிக் கொண்டு வருவேன்.

"சிறிலங்கால சண்டை நடந்தது என்ன? "

"ம் "

"உங்களுடைய அப்பா இறந்திட்டார் என்ன? "

"ம். தாத்தா என்று சொல்ல வேணும்"

"தாத்தா துவக்கால சுட்டெல்லா செத்தவர். இல்லை குண்டு வைச்சவையா"

"இரண்டில் ஒன்று நடந்திருக்க வேணும். எங்களுக்கு சரியாகத் தெரியாது"

"நீங்க பார்த்தநீங்களா? கப்பல்லையா போனவர்?"

"ம்... இந்தியா போகும் போது கடல்ல வைச்சு சுட்டது. ஆதால ஒருத்தரும் அவரைப் பார்க்கவில்லை."

"அவர் கடலில் விழுந்திருப்பாரா? யார் சுட்டது...?"

இப்படியாக அவனது கேள்விகள் அனைத்தும் அப்பாவின் மரணத்தைப்பற்றியே சுற்றும். இலங்கை, இந்தியா போக வேண்டும் என்ற ஆவல் அவனுக்குள் வளர்ந்து கொண்டே வந்தது. அவனது ஆறாவது வயதில் அந்த சந்தர்ப்பம் அவனுக் குக் கிடைத்தது. மிகுந்த ஆவலுடன் இந்த பயணத்தைத் மேற் கொண்டோம். அவனை எனது நாட்டிற்கும், எனது செம் பாட்டுமண் கிராமத்திற்கும் கூட்டிப்போவதில் மிகுந்த ஆர்வம் எனக்கு.

நீண்டதொரு விமானப்பயணம் முடிந்தது என்ற நிலையில் கொழும்பு கட்டுநாயக்கா விமானநிலையத்தில் வந்திறங்கினோம். ஆகாயத்தில் அந்தரத்தில் தொங்கிக் கொண்டு பறப்பதைவிட அதிகமான பயம் கட்டுநாயக்கா விமானநிலையத்தினுள் வந்ததும் எனக்கு வந்தது உண்மைதான். எங்காவது யாராவது குண்டு வைத்திருப்பார்களோ என்ற மனநிலையை என்னால் தவிர்க்க முடியவில்லை. பயணிகளுக்கான சோதனைகள் முடிந்து வெளியில் களைப்புடன் வரும் போது மகன் கேட்டான்.

"அம்மா! இது யாருடைய வீடு?"

"இது வீடில்லை. கொழும்பு விமான நிலையம்"

"இல்லை இது அந்த சிவப்பு துணி போட்டிருக்கிற மாமாவின் வீடு"

"யார் ?"

"அவர்ட படம்தான் இந்த வீடு முழுதும் மாட்டி வைச்சிருக் கினம்."

"அவர் இந்த நாட்டின் ஜனாதிபதி ராஜபக்சே. அதான் அவர் படம் எல்லா இடமும் இங்க கொழுவி இருக்கினம்?"

"நான் நினைச்சேன் அவர்ட வீடு என்று"

"ம்"

எங்களை அழைத்துப் போக யாரும் விமானநிலையம் வரவேண்டாம் என்று சொல்லிவிட்டு வந்ததால் வாடகைக்கு ஒரு வாகனம் வாடகைக்கு எடுத்துக்கொள்ள வேண்டும். விமான நிலையத்தின் முன் ஆயிரக்கணக்கானவர்களுடன் நாங்களும் நின்று கொண்டிருந்தோம். ஒருவித வியர்வை நாற்றமும், வாசனைத்திரவியங்களில் கலப்பு மணமும் ஆயிரக் கணக்கானவர்களின் மூச்சுக்காற்றுடன் கலந்து வந்தது. மாலை ஆறு மணியிருக்கும். வெயில் மங்கத்தொடங்கியிருந்தாலும் தோல் பிசுபிசுக்க ஆரம்பித்திருந்தது. காற்று ஒரு விதமாய் சூடாக கனமாக வீசிக்கொண்டிருந்து. சிங்களமும் தமிழும் காதுக்குள் இரண்டுபக்கமும் குடைந்து கொண்டிருந்ததால் ஒருவித இறுக்கமான மனநிலையில் இருந்தேன். பக்கத்தில் நின்ற ஒருவன் ஏதோ சிங்களத்தில் கேட்டுக்கொண்டிருந்தான். எனக்கு ஒன்றும் புரியாததால் கொஞ்சம் தள்ளி நின்று கொண்டேன். உடல் களைத்து கண்ணிமைகள் கனமாகி விட்டிருந்தன. கட்டிடத்தின் முன் நின்ற தென்னைகளும் பச்சை மரங்களும் எனக்குத் தெம்பூட்டிக் கொண்டிருந்தன.

மகனை இந்த கூட்டத்திற்குள் தவறவிட்டுவிடுவேனோ என்ற பயத்திலும் வாகன நெரிசல் காரணமாகவும் அவனை என் கைபிடியில் இறுக்கி வைத்திருந்தேன். ஒரு வகையாக ஒரு வாடகைவண்டியில் பொதிகளை ஏற்றி நாங்களும் ஏறிக் கொண்டோம். கொழும்பு வாகனநெரிசலில், நோர்வேயில் இருந்து இலங்கை வந்ததைவிட விமானநிலையத்தில் இருந்து கொட்டஹேனா மிக நீண்ட தூரத்தில் இருப்பது போல் பயணக் களைப்பு அதிகமாகிக் கொண்டிருந்தது. கொழும்பு

வழி நெடுக, பாதைகளின் ஓரமாய் சம்மணம் போட்டு அமர்ந்தும், நின்றும், சில இடங்களில் படுத்தும் பெரிய பெரிய தோற்றங்களில் பளிச்சென்ற நிறத்தில் தன் இருப்பைக் காட்டிக்கொண்டிருந்தார் புத்தர். தூசிகளின் படலமும் வாகனப்புகையில் கறுத்தும் எந்த சலனமுமற்று சமைந்திருந்த தைப் பார்க்க மனம் கனத்துப் போனது. கொஞ்சம் கண்ண யரலாம் என்று பொழுதின் போட்ட சீட்டில் தலையைச் சாய்த்துக் கண்களை மூடிக்கொண்டேன்.

"அம்மா, இப்பவும் இங்க சண்டை நடக்குதா?"

"இல்லை. இப்ப இல்ல. எல்லாம் முடிஞ்சு போச்சு"

"அப்ப ஏன் இவை இப்படி இராணுவ உடுப்போட துவக்கு வைச்சிருக்கினம்"

"பாதுகாப்புக்காம்"

"இவர் தமிழா?"

"இல்லை. சிங்கள இராணுவம்"

"சண்டையில் யார் அம்மா வென்றது?"

"சிங்கள ஆட்கள்"

"நாங்கள் யார்?"

"ஏன் கேட்குறீங்க. உங்களுக்கு தெரியும்தானே... நாங்கள் தமிழ் என்று."

"அப்ப நாங்களா தோத்தது?"

"ஓம்"

"அம்மா!! இல்லை அம்மா. நான் தோற்கேல்லை. நான் நோர்வேயில இருந்தனான் அப்ப."

"இருந்தாலும் நீங்களும் தமிழ்தானே"

"ஓம். ஆனா நான் சண்டை பிடிக்கேல்லைத் தானே அப்ப நான் தோற்கேல்லை அம்மா!"

"ஓகே நீங்க களைப்பா இருக்கிறீங்க. அப்படிப் படுங்கோ"

தோல்வியைக் கண்டு துவண்டுவிடும் குழந்தைப்பருவத்தில் இருக்கும் என் மகனிடம் இனி எதும் சொன்னால் அவன் சினம் தலைக்கேறும் என்று தெரிந்ததால் பேசாமல் அடக்கியே நான் வாசிக்க வேண்டியிருந்தது. ஒரு மாதிரி அவனை கொஞ்சம் வாய் மூடி படுக்க வைத்தாயிற்று.

இப்படித்தான் அன்றும் ஒருநாள் கொட்டஹேனாவிலிருந்து ஒரு ஆட்டோவில் தெகிவளை போய்க்கொண்டிருந்தோம். அதே வாகன நெரிசல். அதே இராணுவ உடையில் இளைஞர்கள் ஒரு கிலோமீட்டருக்கு ஒருவர் படி ஆயுதத்துடன் நின்றார்கள். அவர்கள் அருகில் சின்னதாய் ஒரு சோதனைக்கூடம் அமைக்கப்பட்டிருந்தது. அனேகமாக இருவர் சேர்ந்தே சோதனைக்கான இடங்களில் நின்றுகொண்டிருந்தார்கள். மகனும் அவர்களைப் பார்ப்பதும் சிரிப்பவர்களுக்கு திரும்பிச் சிரிப்பதா என்ற சிந்தனையில் என்னை ஒவ்வொரு முறையும் திரும்பிப் பார்த்துக்கொண்டிருந்தான்.

கொஞ்ச தூரம் போனதும் எங்கள் முச்சக்கரவண்டி சோதனைச்சாவடியொன்றில் ஆயுதம்தரித்த ஒரு இராணுவ இளைஞன் கையசைக்க, முச்சக்கரவண்டி ஓட்டுனர் வண்டியை அந்தப்பக்கமாய் திருப்பினார். அவர்கள் எப்போதும் ஒரே பாணியில்தான் நிற்பார்கள். கையில் துவக்கை இரு கைகளிலும் ஏந்தியிருப்பார்கள். துவக்கின் துளைப்பக்கம் சரிவாக தரையை நோக்கிய படி இருக்கும். கால்களை அகட்டி கொஞ்சம் பின் பக்கமாக சரிந்து நிற்பார்கள்.

முகம் எந்த சலனமும் இல்லாமல் விறைத்தபடி இருக்கும். சிலர் சிரிப்பார்கள். பல முகங்கள் அடிக்கடி பார்த்துப்பழகிய முகமாகிவிட்டிருந்தது. அவர்களை ஒவ்வொருமுறை தாண்டும் போதும் இவர்களுடைய இந்தத் துப்பாக்கி எத்தனை பேரின் உயிரைக் காவுகொண்டிருக்கும், எத்தனை பெண்களை இவன் துன்புறுத்தியிருப்பான், இவர்களால் எத்தனை குழந்தைகள் தம் வாழ்வைத் தொலைத்திருக்கும் என்ற எண்ணம் ஒருவித மனக்கசப்பை உண்டுபண்ணியது.

பெட்டா தாண்டி கோல்ப்பேஸ் கடற்கரையோரமாக இருந்த ஒரு சோதனைச்சாவடியில் எங்கள் முச்சக்கரவண்டி ஒரு இராணுவ சோதனை சாவடியில் நிறுத்தப்பட்டது. கடவுச்சீட்டு எல்லாம் கையில் இருந்தபடியால் ஒரு விறைத்த தலையசைவுடன் எங்களை வழியனுப்பினர். எங்களுடைய வாகனச்சாரதியும் ஏதோ சிங்களத்தில் அவர்களுடன் கதைத்துவிட்டு மீண்டும் முச்சக்கரவண்டியை முடுக்கிவிட்டார்.

"அம்மா"

"ம்"

"உங்களிடம் துவக்கு இருக்கா"

"இல்லை. ஏன்? துவக்கெல்லாம் வைச்சிருக்கக்கூடாது."

"இதில துவக்கோட நிக்கிறவை சிங்கள ஆட்கள்தானே"

"ம்"

"அப்ப இவையோட தானே நாங்க சண்டை போட்டனாங்க"

"ம். ஒருவிதத்தில"

"அப்ப நாங்களும் துவக்கு வைச்சிருக்கவேணும்"

"ஏன்?"

"இவை எங்கள எப்பவும் சுடலாம். அதால நாங்களும் துவக்கு வைச்சிருக்க வேணும் அம்மா"

இதற்குமேல் பதில் சொல்ல முடியாமல் இவனோடு இனி நான் வன்முறையில் இறங்கவேண்டிவரும் அபாயம் அறிந்து வழமைபோல நான் பேச்சை மாற்றத் தொடங்கினேன்.

●

உஷ்...!
இதெல்லாம் வெளியே சொல்லக்கூடாது

இந்தக் கண்ணாடி முன் நின்று என்னைப் பார்த்துக் கொண்டிருக்கின்றேன். தினமும் இப்படித்தான் பல நேரங்களில் நான் என்னை இப்படி நின்று நிதானமாக எந்த சலனமுமற்றுப் பார்ப்பதுண்டு. கண்ணாடியுள் விரியும் பெருவெளியின் வாடை, விறைத்த காற்று, மௌனத்தின் அலறல் என அனைத்தும் என்னால் மட்டுமே உணரக்கூடியது. வேண்டாம்! கண்ணாடியில் முகங்களை மட்டும் பார்க்கின்ற வர்களுக்கான விம்பம் இல்லை இங்கு நான் காண்பது.

அறையின் சாளரக் கண்ணாடி வழியே சூரியக்கதிர்கள் முகக்கண்ணாடியில் தெறித்து விழுந்துடைகின்றன. இந்தக் கண்ணாடி இருக்கும் அறையில் ஒரு கட்டிலும் பக்கத்தில் ஒரு மேசையும் இருக்கின்றன. அவை தவிர இந்தக்கண்ணாடி மட்டும்தான் இந்த அறைச்சுவரில் தொங்கிக்கொண்டிருக்கும் பொருள். இந்த அறைச்சுவரின் நிறம், பொருட்கள் எல்லாமே வெளிர் நிறத்தில் இருப்பது எனக்கு முக்கியமானது. வெள்ளை

தூய்மையின் நிறமென்றும், அமைதியின் நிறமென்றும், வெளிச்சத்தின் குணம் என்றும் எல்லா இடங்களிலும் வெண்மை பூசி வைத்திருக்கிறேன். பெரிய ஜன்னல்களில் இரவு நேரங்களிலும் வெளிச்சம் பரவ மின்விளக்குகள் எரிந்தபடியே இருக்கும். இரவுகள் பயங்கரமானவை. தூக்கத்தில் இருந்து திடுக்கிட்டெழுந்து கண்விழித்துப் பார்த்தால் எங்கும் இருட்டு. வானம், பூமி, அறை, என் கண்ணாடி, அதில் என் முகம் எல்லாம் இருட்டு. சில பகல் நேரங்களும் வெளிச்சம் விழுங்கிய பயங்கர இரவை ஒத்தவையாகவே பிறக்கிறது.

வேலைகளின் இடையிடையே எனது முகத்தைப் பார்ப்பது எனக்குத் தான்தோன்றித்தனமாக நடந்துகொண்டிருக்கும். எனது முகம் ஒன்றும் அத்தனை அழகில்லை என்பது எனக்குத் தெரியும். ஏனோ ஒரு நாட்கூட இந்தக் கண்ணாடியைப் பார்க்கும் போது நான் சிரித்ததில்லை.

முப்பது வயதை எட்டக்கூடிய சின்னச் சின்னச் சுருக்கங்கள் சில இடங்களிற் தென்படுகின்றன. புன்னகையைச் செதுக்க மறுக்கப்பட்ட ஒரு சிதைந்த சிலையின் முகத்தைத்தான் இந்தக் கண்ணாடி பார்க்கிறது. இந்தக் கண்ணாடி உயிருள்ளது போல நான் பேசும் போது, என்னுடன் பேசுகிறது, அழும் போது என்னுடன் அழுகிறது. அதனாற்தான் இந்த முகக்கண்ணாடியில் எனக்கான விடை, இந்த உலகத்தில் நான் நடமாடுவதற்கான விடை வருமென்று நான் நினைத்துக்கொண்டிருக்கலாம்.

அது கண்ணாடிக்குத் தெரியுமா?

இந்தக் கண்ணாடி முன் மட்டும்தான் நான் இப்படி ஒரு விசித்திரமானவளாய், கொஞ்சம் பைத்தியக்காரத் தனமான வளாய் எதையோ தேடுபவளாய் நிற்கிறேன். சூனியமாய், எதுவுமற்றதாய், வெறும் இருண்ட பிரபஞ்சமாய் தோன்றும் உலகத்தை சற்றே ஒதுக்கி வைத்தபின், மற்ற நேரங்களில் உங்க ளைப் போல ஒருத்தியாய் என்னை நான் காட்டிக் கொள்ளவும், நடமாடவும் கற்று வைத்திருக்கின்றேன்.

நான் அழகாய் இருப்பதாய்த்தான் இப்போதும் பலர் சொல்கிறார்கள். அந்த அழகை ஏனோ இந்தக் கண்ணாடி என்னிடம் இருந்து ஒளித்துவிடுகிறது. நானும் எனது புருவத்தை, கண்களிற் தீட்டப்படாத மைப்பகுதியை, காய்ந்த உதடுகளை ஈரப்படுத்தி, எனது மார்புகளின் இறுக்கத்தை, எனது பரு

மனில்லாத உடல் வாகுவை ஒவ்வொன்றாக கவனிக்கின்றேன். என்னால் ஒருபோதும் என்னை இரசிக்க முடிந்ததில்லை. ஏதோ பல குறைகள் எல்லா அங்கங்களிலும் தெரிகின்றது.

இப்போது சாயங்காலம்.

என்னை யாரும் விரும்புவதற்குரிய அறிகுறியை இன்றும் என் கண்ணாடியில்த் தேடுகின்றேன். என்னை யாரும் காதலிக்க மாட்டார்கள். யாராலும் காதலிக்கப்படுவதற்கோ, அன்பு காட்டப்படுவதற்கோ தகுதியற்றவளின் முகம் எப்படி இருக்குமோ அப்படித்தான் எனது முகம் இருக்கின்றது. யாரும் என்னோடு வாழச் சம்மதிக்க மாட்டார்கள். அதற்குரிய தகுதியை நான் அடைந்தவளாக நான் பிறக்கவில்லை என்றும், என்னிடம் வாழ்வதற்கான தகுதி எப்போதும் இருந்ததில்லை என்றும் எனக்குள் யாரோ சொல்லிக் கொண்டு இருக்கிறார்கள்.

சூரியனை அடித்து விரட்டிய இருளின் நிசப்தம் பரவும் வெளிபோல எனது தனிமை என்னைச் சுற்றிப் பரந்துகிடக் கின்றது. இருளை தின்று செமிக்கும் முயற்சியில் எனது வாழ்வு அனலை மென்று முழுங்கிக் கொண்டிருந்தது.

இந்த முகக்கண்ணாடியில் என்னைத் தவிர இன்னும் சில உருவங்கள் வந்து போகின்றன. அவர்கள் என்னுடன் பேசு வதுண்டு, பழகுவதுண்டு. இவர்கள் எனக்கு மிக நெருக்க முள்ளவர்களாக இருக்கின்றனர். இருந்தாலும் இவர்களில் எனக்குப் பிடிப்பில்லை. இவர்கள் மூர்க்கமானவர்கள்.

என்னுடைய இந்த முப்பது வயது முகத்தை, அனுபவத்தை எனது வளர்ச்சியை அதன் சந்தோசத்தை அவர்கள் பிடுங்கிவிட்டிருக்கின்றார்கள். இவர்கள் வரும் போதெல்லாம் இந்தக் கண்ணாடியை உடைத்துவிடும் பலம் என் உடம்பில் ஏறும். கைகள் நடுங்கும்.

ஆனாலும் செய்கையிழந்து நான் பார்த்துக் கொண்டிருக் கின்றேன். சிறு வயதிலிருந்தே பிரியமுடியாத ஒரு பிணைப்பு இந்தக் கண்ணாடியில் தோன்றும் மனிதர்களோடு இருக்கின்றது.

இங்கே பாருங்கள்... இதில் பருமனாக இருப்பவள்தான் அம்மா. பக்கத்தில் உள்ள மூலையில் தலை வாரப்படாத முகத்துடனும், எவ்வித சலனமுமற்று துடிப்பற்று இருப்பதுதான் நான்.

வெளிச்சம் விழுங்கிய பிந்திய அந்தி நேரம். எனக்கு இப்போது ஐந்து வயது.

நீளமான தலைமுடி காற்றில் பறந்து கொண்டிருக்கின்றது. எனது தோல் அதிக மண்ணிறத்தன்மையுடையதாக மாறிக்கொண்டிருக்கிறது. முழங்கால்களில் புண்ணும், சிவப்பேறிய சோகையடைந்த கண்களும், சோர்ந்த உடற்கட்டும் உள்ள என்னைப் பார்த்து, "அதிக நேரம் குளித்திருக்கிறாய். அதுதான் இப்படி இருக்கிறது" என்கிறாள் அம்மா.

பாடசாலையில் யாரும் எனக்கு என்ன ஆயிற்று என்று விசாரிக்கும் போது நான் சொல்ல வேண்டிய பதில்களை அம்மா எனக்கு இப்படித்தான் ஏதோ ஒரு விதத்தில் சொல்லித் தருவாள். ஆனால் எனக்கு அது அப்படியில்லை, அது பொய் என்று தெரியும் என்றாலும் நானும் அம்மா சொல்வதையே சொல்லிப் பழகினேன். நான் பயந்து போயிருக்கிறேன். இந்தப் பயத்திற்கு ஒரு வாடை இருக்கிறது. இந்த வாடையின் நிறம் கறுப்பு, படபடவென்று கேட்கும் ஒலி நிறைந்த இடங்களில் என்னால் இந்த வாடையை உணரமுடியும்.

வயது முதிர்ந்தவர்களின் மூச்சுக்காற்றில் இந்த வாடை வீசத்தொடங்குகிறது. பின் அவை இந்த இடம், அறை, சனம் நிறைந்த இடம், காற்று, வெளி என்று பரவி அசிங்கமாய் மணக்கிறது இந்த உலகம். முக்கியமாக எனது முகக் கண்ணாடியில் இந்த வாடை வீசிக்கொண்டிருக்கும். அதை உங்களால் அறியமுடியாது.

எப்போதும் போல எனது சிறுபிராயத்து வீடு கலைந்து கிடக்கிறது.

என் அம்மா என்னைப் பார்த்து நான் குண்டாக இருப்பதாகவும், அசிங்கமாகவும், எனது தலைமுடி மிகக்கேவலமாக இருப்பதாகவும் சொல்லிக்கொண்டிருக்கிறாள். நான் எதற்கும் உதவாதவள் என்று எனக்கு அடிக்கடி ஞாபகப்படுத்திக்கொண்டிருப்பதும், என்னை எதுக்குமாகாத ஒரு பிறவியாக மனதில் பதியவைத்த காலங்களும் கடந்து விட்டிருக்கின்றது. அம்மா சொல்வதெல்லாம் இப்போது எனக்குப் பழகிவிட்டது.

பாதுகாப்பற்ற இந்த வீட்டின் அழுக்கமும், வாடையும், மனதை முழுதாக அடைத்துவிட்டிருக்கின்றது. என்னைப் பற்றிய அக்கறை யாருக்கும் இல்லை என்பதை நான் அப்போதே உணர்ந்திருந்தாலும் அதை பற்றி நான் பெரிதாகத் அலட்டிக் கொள்வதில்லை. எனது அம்மா தூங்கிவிட்ட பிறகு எழப் போகும் பயங்கரக் கனவின் நினைவில் அதிர்ந்து போயிருப்பதில் மற்ற விடயங்கள் பெரிதாகத் தெரியாமல் போயிருக்கும்.

அந்தக் கனவு வரும் போதெல்லாம் அழுகை பலமாக வரும். அழும் சத்தம் வராமல் ஒரு சுட்டுவிரல் என் வாயை இறுகப் பொத்தியிருக்கும். அது ஒரு தனியான அறையோ, குழிப்பறையோ போன்ற இடம். சுற்றிலும் இருட்டு. என்னை எழுப்பி அழைத்து வந்த உருவம் என்னை மல்லாக்கப்படுத்தியோ அல்லது சுவரோடு சாத்தியோ வைத்து தனது முழு பலத்தையும் என்மீது வீழ்த்தும். அப்போது அந்தக் கண்கள் இரவில் ஒளிரும்.

காட்டு மிருகத்தின் கண்களை ஒத்து அகோரமாய் தெரியும். வயிற்றில் பயத்தையும் பசியையும் உண்டுபண்ணும். அந்தரங்க உறுப்புகளில் எரிவு உண்டாகி, சிறுநீர் கழிக்க வேண்டும் போன்ற உணர்வு வரும். ஒரு முனகல் சத்தம் கூட வராமல் இந்தக் கனவை கடக்க வேண்டியது எனது கடமை என எனக்கு கட்டளையிடப்பட்டிருக்கிறது.

இது ஒருபுறமிருக்க, இந்தக் கனவு முடிந்து நான் எழும் போது என் உடம்பின் பல பாகங்களில் நீலம் பூத்திருக்கும். கண்டிய காயங்களும், சிவந்த ரத்தக்கன்றல்களும், தூக்கமிழந்த இரவுகளின் தாக்கமாக கண்கள் சோகையும் படிந்திக்கும். உடல் அடித்துப்போட்டாற் போல வலி எடுக்கும். பாடசாலை போகவே பிடிப்பில்லாத மனநிலை உண்டுபண்ணியிருந்த காலமது.

நான் காணும் இந்தக் கனவு பற்றி யாருக்கும் சொல்ல எனக்கு அனுமதியில்லை. சொல்லும் தைரியமும் எனக்கு இல்லை. ஆனாலும் இந்த அகோரக்கனவு பற்றி எனது அம்மாவும், அப்பாவும், பாடசாலை ஆசிரியர்களும் மற்றும் அயல்வீட்டுக்காரர்களும் அறிந்தே இருந்தனர் என்று எனக்குத் தெரியும்.

அதனால்தான் யாரும் எனது வீட்டிற்கு வருவதில்லை. அந்தக் கனவு அவர்களையும் தொத்திவிடுமோ என்று அவர்கள் அஞ்சியிருக்கலாம். என் வயதுச் சினேகிதிகள் யாரும் என் வீட்டிற்கு வந்து நான் அறிந்ததில்லை. என்னையும் எங்கேயும் வெளியே அனுப்ப வீட்டில் அனுமதியில்லை. எல்லாம் இரவில் வரும் அகோரக் கனவுகளால் வந்த வினை.

என்னுடன் எப்போதும் இருக்கும் எனது கைப்பொம்மை என்னைப் போலவே கொஞ்சம் அழுக்காய்தான் இருக்கும். இருந்தாலும் தோட்டத்து மூலைகளிலும் கட்டிலின் அடியிலும், மேசையின் இடுக்கிலும் நாங்கள் அமர்ந்து பேசுவது அதிகம். எனது இரத்தக் காயங்களும், மூக்குச்சலியும் வியர்வையும்

ஒட்டிய இந்தப் பொம்மை எனக்கு முக்கியமானது. அதனுடன் தான் இப்போதும் நான் படுத்திருக்கிறேன்.

தூக்கம் என் இமைகளைப் பாரமாக்குகின்றது. நானும் ஒவ்வொரு இரவும் தூங்காமல் இருந்துவிடுவதென்று அசுரபலத்துடன் இமைகளை எதிர்த்துப் வழமைபோல போராடுகின்றேன். இந்த கனமான இருட்டும், உடற்சோர்வும் என்னை வழக்கம் போல உறக்கத்தில் ஆழ்த்தி விடுகிறது.

பல காலம் மாற்றப்படாத போர்வையின் நாற்றத்துடன் எனது கட்டிலில் நான் உறங்கிக்கொண்டிருக்கின்றேன்.

ஆழ்ந்த நித்திரையில் அந்த அகோரமான கை என்னை தட்டி உசுப்புகிறது. அரைத்தூக்கத்தில் எழுந்து அந்தக் கனவுக் கையோடு இழுபட்டுப்போகின்றேன். மனது வேகமாகத் துடிக்கத் தொடங்ககிறது. கால்களின் நடுக்கம் உடல் முழுதும் குளிரச்செய்கிறது.

அதே கழிவறைக்கருகில் என்னை சுவரோடு சாத்திவைக்கும் அந்த பேயுருவத்தின் உடலில் இருந்து அருவெறுப்பான வாடை அடிக்கிறது. தடிமனான மீசையும், மது அருந்திய நெடியும் அருவெறுப்பை உண்டாக்கி வாந்தி வரும் போல வயிறெங்கும் குமட்டல் எடுக்கிறது.

"கனவா இது"

"ம்"

"எப்ப முடியும் கனவு. எனக்கு ஏலாது. "

"கொஞ்ச நேரத்தில முடியும், சத்தம் போடக்கூடாது என்ன"

"ம்"

"இதெல்லாம் யாருக்கும் சொல்லக் கூடாது என்ன... எல்லாரும் இப்படிதான் அவங்க வீட்டில செய்றது.. ம்"

ஒரு பெரிய விரல் எனது உதடுகளை இறுக்க மூடுகிறது. உதடுகள் வலிக்கின்றன. உடல்முழுதும் ஆயிரம் ஊசிகள் துளைத்தது போல பெருவலி கிளம்புகிறது. மயக்கம் கனவை மூடிக்கொள்கிறது. ஒரே இருட்டு. எங்கும் வெறும் கறுப்பு. அதே அசிங்க வாடை.

"விடுங்கப்பா... வலிக்குதப்பா... காணும்ப்பா..."

நெருப்பின் நிறம் கறுப்பு
(ஒருநாள் கனவு)

கனவு காண்பதற்காகவே உறங்கச்சென்ற காலங்கள் உண்டு. அது நான் காதல் வயப்பட்டிருந்த காலம் எனலாம். நேற்றைய கனவின் மீதியை இன்று கண்டுவிடமாட்டோமா என்று அந்தக் கனவை நினைத்துக்கொண்டே உறங்கிய நாட்கள்தான் இளமைக்காலம். நாம் காணும் கனவுகளில் பலதும் நினைவுக்கு வருவதில்லை. ஆனாலும் ஒவ்வோர் இரவும் வரும் கனவு என்பது எம்மை ஒரு விசித்திர உலகத்திற்கு அழைத்துச் செல்கிறது. சில கனவுகள் மட்டும் காலங்கடந்த பின்னும் நேற்றைய கனவுபோல மனதில் தோன்றிக் கொண்டே இருக்கிறது. இப்படிதான் நான் கண்ட கனவொன்று என் மனதில் அடிக்கடி நினைவுக்கு வரும். இந்தக் கனவை மறக்க மாட்டோமா என்ற சலிப்பு ஏற்படத் தொடங்கியிருந்தது.

நான் உறங்கச் சென்ற போது நேரம் இரவு பதினொரு மணியிருக்கும். சுவரெங்கும் காரிருள் அட்டைபோல

ஒட்டிய அறை. இரட்டைக்கட்டிலின் அருகிற்கிடந்த நாவல் ஒன்றுடன் கரைந்து போனது, அன்றைய இரவு.

இது ஒரு சிறிய நகரம். வெறிச்சோடிய நெடுஞ்சாலை வழியே நகரத்தின் தனிமை என்னைப் பயம் கொள்ளச் செய்கிறது. தூரத்தில் இருவர் கவிதை நூல்களில் வரும் கறுப்புவெள்ளை வரைபடங்களாக நடந்து செல்கின்றனர். அவர்களை உற்று நோக்க முயற்சிக்கிறேன். நன்கு தெரிந்த முகங்கள் என்பது மட்டுமே மூளையில் பதியப்படுகிறது. தெருவின் இரு கரையும் வெறிச்சோடியபடி மண்ணிறமும் கறுப்புமாய் மனிதர்களைத் தொலைத்த வீடுகள் இருக்கின்றன. இந்த இடிந்த வீடுகளில் ஒன்று எனது வீடாய் இருக்கலாம். நான் பார்த்திராத மிகவும் பரிட்சியமான இடமாய்த் தெரிகிறது. தெருவின் ஓரத்தில் ஓங்கி வளர்ந்த மரங்கள் அசையாது நின்று ஒரு அமானுஸ்ய அமைதியை உற்பத்தி செய்கின்றன. ஆலமரத்தின் விழுதுகள் எல்லாம் அறுந்து விழுகின்றன. அந்திசாயும் பொழுதுகளில் கூடிப்பேசும் எங்கள் ஊர்ப் பெரிசுகள் ஆங்காங்கே மரத்தின் அடியில் வீழ்ந்துகிடக்கின்றார்கள்.

சுவாசிக்க மட்டும் போதுமான காற்றே என்னைச் சுற்றியும் என் மகனைச் சுற்றியும் இருப்பதை உணரமுடிகிறது. முகம் புலப்படாத மனித உருவம் ஒன்று எங்களுடன் பயணித்துக் கொண்டிருக்கிறது. அவர் யாரென்று அறியும் ஆவல் தோன்றினாலும் அவரிடம் வாய் திறந்து எதையும் கேட்கும் தைரியம் இல்லாமல் எனது மகனை இறுகப் பற்றியபடி ஏதோ ஒரு தொலைவை நோக்கி நகர்ந்து கொண்டிருக்கின்றேன்.

எனது மகன் ஏதோ ஒன்றை பார்த்துவிட்டு என் கைகளை உதறிய படி மறுபக்கமாய் ஓட முயற்சிக்கின்றான். எனது மார்பு மிக வேகத்துடன் அடித்துக்கொள்ள, வேகமாய் அவனை எட்டி இழுக்கின்றேன்.

அதே வேளை, அருகில் இடிந்த வீட்டின் மதிலைச்சுற்றி பத்தையில் இருந்து ஒரு பாம்பு எங்களைச் சுற்றி ஓடுகிறது. அதன் உடலில் கரும்பச்சை நிறம் பூசப்பட்டு கறுப்பு கோடுகளால் வரிவரியாய் கீறப்பட்டிருக்கிறது. பாம்பு போன பின்பும் அதன் சீறல் சத்தம் மிக அருகில் வரவர எனது நடையின் வேகத்தை அதிகப்படுத்துகின்றேன்.

என் மகனின் கையை இறுகப்பற்றியபடி திரும்பிப் பார்க் கிறேன். எங்களுடன் பயணித்து வந்த உருவம் என்னிடம் ஏதோ பேச வருகிறது. நான் எத்தனைமுறை தவிர்த்து நகர்ந்தும் என்னைச்சுற்றியே இந்த உருவம் தொடர்கிறது.

"அதோ இந்த இடத்திற்தான் போர் நடந்துமுடிந்தது. இந்த மரத்தின் அருகிற்தான் எனது அண்ணன் இறந்து போனான். அதே இடத்தில் அண்ணனை குழிதோண்டிப் புதைத்தோம். சுடுபட்ட என் அம்மா வீழ்ந்தது அந்த ஆத்துக்கரையிற்தான். அவளையும் அங்கே புதைத்தோம்."

"இதையெல்லாம் என்னிடம் ஏன்; சொல்லிக் கொண்டிருக்கிறாய்? நான் போக வேண்டும்."

திடீரென மௌனமான உருவம் என்னை வைத்த கண் வாங்காமற் பார்த்துக்கொண்டிருக்கிறது. நான் எதையும் கவனியாதது போல என் மகனை இறுகப் பற்றிக்கொண்டு நகர்கின்றேன். அந்த உருவத்தின் மூச்சுக் காற்றை வெகு சமீபத்தில் உணர்கின்றேன்.

"என் பதினைந்து வயதே நிரம்பிய தங்கை வெட்டிய தலை முடியுடன் அங்கிருந்து தப்பி ஓடிவந்திருக்கிறாள். அடையாளம் கண்டவர்கள் அதே இடத்தில் உடலெங்கும் ஓட்டையாய் வீழ்ந்து கிடக்கக்கண்டேன். அதைக் கண்ட அதிர்ச்சியில் என் அண்ணி அப்போது குறைப்பிரசவத்தில் பெற்ற என் பெறாமகன் இறந்து போனான். அது பெரும் வெயில் காலம். கால் வைத்த இடமெல்லாம் சுடுமணல். குடல் முழுதும் கொப்பளங்கள். அப்போது எடுத்த தண்ணீர்த் தாகத்தைப்போல் வாழ்நாளில் நான் அனுபவித்ததில்லை. தண்ணீர் எடுக்கத் தோண்டிய இடத்திலெல்லாம் பிணவாடை. நான் இன்னும் பலகாலம் வாழமாட்டேன். இதையெல்லாம் நீங்கள்தான் போய்ச் சொல்ல வேண்டும்."

இதையெல்லாம் நான் யாரிடம் சொல்ல வேண்டும் என கேட்ட வண்ணம் திரும்பிய நான், என்னுடன் வந்த உருவத்தைக் காணாது திகைத்தேன். மும்முறை சுடப்பட்டு என் காலருகிற் கிடந்தது ஒரு பிணம்.

நான் ஓடுகிறேன். நாங்கள் நடந்து வந்த பாதையெங்கும் இரத்தம் சிந்திய அடையாளங்கள். இரண்டு உருவங்கள் மட்டுமே கண்ட அந்தத் தெருக்களில் இப்போது பலர் தென்படுகின்றனர். அவர்களின் முகங்களில் பெரும் அச்சம் பூசப்பட்டிருக்கிறது. முடிகள் காற்றில் கட்டுக்கடங்காது பறப்பதையும் பொருட்படுத்தாத பதற்றத்துடன் நாங்கள் நிற்கும் இடத்தை நோக்கி ஓடி வருகின்றனர். பல மனிதக் கூக்குரல்களும் அலறல்களும் தொலைவிலிருந்தும் கேட்கிறது. அவர்களின் முகத்தில் இருந்த பதற்றம் என்னையும் தொற்றிக்கொள்ள ஓட

முயற்சிக்கிறேன். வேடிக்கை பார்த்துக்கொண்டிருக்கும் மகனை உசுப்பி இழுபறிபட்டுக்கொண்டிருக்கும் தருணத்தில் அது நிகழ்கிறது.

பெரும் நெருப்புப் பிளம்பு ஒன்று வெடித்து நாலுதிசைகளிலும் தனது தீக்கரத்தினை வீசி எறிகிறது. பிசாசுகளில் நம்பிக்கையில்லை என்றாலும், தொலைவில் இருந்து பறந்துவரும் நெருப்புக் குஞ்சுகளைப் பார்த்து 'கொள்ளிவாய்ப்பிசாசு போல' என்று நினைத்துக் கொள்கிறது எனது மனது.

புழுதி மண்தெருவில் இலக்கற்று ஓடத்தொடங்கியிருந்த என் பிடரியிலும் கழுத்துப்பகுதியிலும் தீ பற்றி எரிகிறது. என் அருகில் மூச்சு தெறிக்க இழுபட்டு வந்த மகனை தூக்கிக் கொள்கின்றேன். அவனை என் மார்புடன் இறுக்கி, அவன் உருமுழுதும் எனக்குள் மறையும்படிக்கு அவனை ஒளிக்க முயல்கின்றேன். அதையும் மீறி தீயின் விரல்கள் அவன் தாடைப்பகுதியில் எரியத் தொடங்கியிருந்தது. அந்த நேரம் நான் பெற்ற பயம், ஏக்கம், இயலாமை, படபடப்பு என அந்நேர உணர்வை எனக்குத் தெரிந்த மொழியில் எழுதிவிட என்னிடம் வார்த்தைகள் இல்லை. கருகும் தாடையின் மேல் யாரோ நீர் ஊற்றி அணைக்கிறார்கள். தீயணைந்த பின்னும் அவர்கள் போகாமலேயே அங்கே நிற்கிறார்கள். அவர்களைக் கடந்து செல்ல முயன்ற என்னிடம் என் மகனைக் கேட்கிறார்கள். நான் மறுப்பதைப் பொருட்படுத்தாது மகனை இழுத்துப் பறிக்கின்றார்கள். மகன் வேண்டுமென்றால் என்னை ஒரு பாதிரியாரிடம் போய் பாவமன்னிப்புக் கேட்கும்படி வற்புறுத் தும் உருவங்கள் மெல்ல மெல்ல மறைகின்றன. எனது மகனின் குரல் தவிர அனைத்தும் மறைந்து ஒரு பெரு வெளியில் ஓடு கின்றேன்.

ஒரே ஒரு தேவாலயம். அதில் வெண்ணாடையுடன் ஒரு பாதிரியார். கதறலுடன் ஓடிய நான் சில நொடிகளுக்குள் வேறு எங்கோ ஓர் இருட்டான பகுதியின் வாசலில் நின்று எதையோ தேடிக் கொண்டிருக்கிறேன். இருட்டின் மையப் பகுதியில் ஒரு தொலைபேசிப்பெட்டி தென்படுகிறது. திரும்பிப் பார்க்கிறேன். வெறும் கறுப்பு, நான் நிற்கும் இந்த இடத்திற்கும் அந்தத் தொலைபேசிக்கும் இருக்கும் வேறுபாட்டை உணர் கிறேன். பளிச்சிடும் கண்ணாடியில் ஆன கூண்டுக்குள் அதி நவீன தொலைபேசி மேல்நாட்டுத்தரத்துடன் இருக்கிறது.

எனக்கு மிகவும் பரிட்சியமான ஒரு தொலைபேசி என்னைத் தட்டுகிறேன். யாரோ பேசுகிறார்கள்.

"ஹலோ"

"ஹலோ, நான்தான் கதைக்கிறேன். என் பின்னால் வந்தவர்கள் யாரையும் காணவில்லை. என் மகனைப் பறித்துவிட்டார்கள்."

"நீங்கள் யார் பேசுவது"

"நான் யாரென்று தெரியவில்லை"

●

உங்கள் பெயர் என்ன?

பெரும் நதி நகரும் ஊர்க் கரையோரம் இருக்கின்ற வீடு. பெரும் முற்றமும், முற்றத்தை சுற்றிய வீரியமிக்க இரும்பு வேலியும், வேலியின் கம்பிகளைப் பிடித்தவண்ணம் வெளியை வேடிக்கை பார்க்கும் குழந்தைகளின் கைகளும் தெரிந்தன. சாதுவாய் இருட்டிப்போயிருந்த வெளிமீது குழந்தைகளின் செல்லக் கதைகளும், உரத்த பேச்சொலியும் வேலிதாண்டிக் கேட்டுக்கொண்டிருந்தது. எங்கோ நின்று கொண்டிருந்த தமிழினி என்னிடம் ஓடிவந்தாள்.

"அம்மா.."

"சொல்லுங்கோ"

"எனக்கும் உங்கள மாதிரி வேணும், அம்மா"

"என்ன என்னை மாதிரி வேணும்?"

"இல்ல, நாங்க திங்கட்கிழமை வெளியே சுற்றுலா போனமே அப்ப அந்த சாப்பாட்டுக் கடையில சாப்பிட்டு

கொண்டு இருந்தபோது பக்கத்து மேசையில இருந்த கொஞ் சப்பேர் எங்கள கிண்டல் செய்தவை"

"என்னவாம்? ம்.."

"எங்களுக்கெல்லாம் ஒரு பெயர்தான் இருக்காம். அவங் களுக்கு இரண்டு பெயராம்."

"ஓஞ்! அந்த அம்மா சொன்னவவா?"

மதியம் 12 மணிக்கு மேல் ஆகிவிட்டிருந்தது. ஞாயிற்றுக்கிழமை என்பதால் குழந்தைகள் கூட்டம் கூட்டமாக விளையாடிக் கொண்டிருந்தார்கள். ஆங்காங்கே நின்று மரநிழலில் பெரியவர்கள் பேசிக்கொண்டும் சிறுவர்களைக் கவனித்துக் கொண்டும் இருந்தார்கள். அவர்களின் முகங்கள் மிக அமைதி கொண்டவையாகக் காணப்பட்டன. மதிய வெயிலில் குறுகுறுத்துக் கொண்டும், அங்கும் இங்கும் ஓடிக்கொண்டும் அந்த இடத்தையே சுறுசுறுப்பாக்கிக் கொண்டிருந்தார்கள் குழந்தைகள். அனைத்தையும் அவதானித்தவண்ணம் இவள் கேட்கப்போகும் கேள்விக்கு என்ன பதில் வைத்திருக்கிறேன் என்பதைத் தேடிக் கொண்டிருந்தேன்.

"இங்க பாருங்கோ தமிழ், சாப்பாட்டு நேரம் ஆகிட்டுது. போங்கோ... போய்ச் சாப்பிடுங்கோ. பசிக்கேலையா உங்களுக்கு?"

"ம்.. கொஞ்சம் பசிக்குதுதான். சரிம்மா. சாப்பிட்டதுக்குப் பிறகு வாறன். இங்கேயே இருப்பீங்களா?"

"இல்லம்மா. நான் கோவிலுக்கு பூ எடுக்கணும். இன்றைக்கு பஜனை இருக்குதில்லை. பிறகு பேசுவோம். ஓடி போய் சாப்பிடுங்க"

மதிய உணவுக்கென அவள் சாப்பாட்டுக்கூடத்தை நோக்கி ஓடிப்போய்விட்டாள். சாப்பாட்டு மேசையில் சுற்றி அமர்ந்திருந் தவர்களுள் தன் சினேகிதி விஜிதாவின் அருகில் அமர்ந்து கொண்டாள் தமிழினி. மேசையில் அதே வெள்ளைச் சோறும் காய்கறிகளும் போட்ட ஒரு குழம்பும் வழமைபோல வைக்கப் பட்டிருந்தது. கடமைக்குப் போட்டுச் சாப்பிட்டுக் கொண்டிருந் தாள் விஜிதா.

"விஜி, எல்லாருக்கும் இரண்டு பெயர் இருக்குமாம். உனக்குத் தெரியுமா?. அது அவங்கட அப்பாவோட பெயர்தானே?"

"ம்.. அப்படித்தான் நினைக்கிறேன். அதான் நமக்கு அப்பா இல்லையே பிறகு எதுக்கு கேக்குற?"

"ஏன் எல்லாரும் அப்பா பெயரை அவங்க பெயருக்குப் பின்னால போடுகினம்."

"அது அப்படித்தானாம். அப்படித்தான் எல்லா மனுசங்களும் வைச்சிருக்க வேணுமாம்."

"அப்ப எங்களுக்கு மட்டும் ஒரு பெயர்தானே இருக்கு? அப்ப நாம சட்டப்படி குற்றம் செய்றோமா?"

"தெரியலையே. அதான் அம்மாட்ட கேட்டு கொண்டிருந்தீயா?"

"ம்.. நான் சாப்பிட்டேன். அம்மாட்ட போய் நான் இன்னொன்று கேட்கப்போறேன். நீ சாப்பிட்டு வெளியில வா விளையாடுவோம். ம்"

"சரி"

தூரத்தில் பசு மாடுகள் கட்டப்பட்டிருந்தன. ஆங்காங்கே செடிகளுக்கும் புதர்களுக்கும் இடையே பூத்து நின்ற மலர்களைச் சுற்றிய வண்ணாத்திப்பூச்சிகளும் பறந்து கொண்டிருந்தன. பழுப்புநிறத் தும்பிகளும் அதிகமாகப் பறந்து திரிந்துகொண்டிருந்தன. நான் பூப்பறித்துக் கொண்டிருந்த வீட்டின் பின்புறத் தோட்டத்திற்கு மீண்டும் ஓடிவந்தாள் தமிழினி. அவள் கேட்ட கேள்விக்கான பதிலைத் தேடித்தான்; நானும் தீவிரமான யோசனையுடன் பூக்களைப் பறித்துக் கொண்டிருந்தேன். தமிழினி வந்ததைக் காணாதவள் போல பூக்களைப் பறித்து பூக்கூடைக்குள் போட்டுக் கொண்டு மிருந்தேன்.

"அம்மா"

"ம் என்னம்மா. சாப்பிட்டியா?"

"ஓ... சாப்பிட்டேனே."

"எனக்குப் பூ பறிச்சுத் தர வந்திங்களா? பாருங்கோ, மழை வரப்போகுது. தும்பி எல்லாம் பறக்குது. உள்ள போங்க. நானும் பூ பறிச்சு முடியுது. கொஞ்ச நேரத்தில வாரேன்."

"நான் ஒன்று உங்களைக் கேட்கணும் அம்மா. நீங்க தானே நாங்க கடவுளின் குழந்தைகள் என்று அடிக்கடி சொல்லுவீங்க? ஏன் அம்மா மற்றவர்கள் எல்லாம் அவங்க அப்பா பேரை பின்னால போட்டுக் கொள்ற மாதிரி நாங்களும் கடவுள் பேரை எங்க பின்னால போட்டுக்கொண்டா என்ன?"

"ஏன் அப்படி கேட்குறீங்க. அண்டைக்கு அந்தக் கடையில அந்த பக்கத்து மேசையில இருந்த அம்மா அப்படி என்னதான் சொன்னவ?"

தமிழினியின் முகம் சட்டென்று சுருங்கியது. எதையோ நினைவுபடுத்துபவள் போல கொஞ்ச நேரம் அமைதியாக இருந்தாள். அவளுடைய சுருங்கிய நெற்றியின் மடிப்புகளில் அவளுடைய வலியும் அடைபட்டுக்கிடப்பதை வருடக் கணக்கில் அவளோடு பழகியதால் என்னால் அதைக் காணக் கூடியதாக இருந்தது. துக்கத்துடன், ஏதோ ஏமாற்றமடைந்தவள் போன்ற அவஸ்தையான உணர்வு அவளிடம் தெரிந்தது. இவளுக்கு நான் எப்படி எதைச்சொல்லி இந்த வயதில் புரியவைக்க முடியும். தன் பெயருக்குப் பின்னால் தந்தையின் பெயரோ கணவன் பெயரோ எல்லாமே சுயத்தை இழக்க வைத்தல் என்பதை வளர்ந்து முதிர்ந்தவருக்கே புரியவைத்துவிட முடியாதபோது இவளுக்கு நான் எதைச்சொல்லி புரியவைக்க. பார்ப்பன மனுதர்மச் சிந்தனைதான் இன்றைய சமூகத்தின் வாழ்க்கைமுறை. ஏதோ பெயர்தானே இருந்துவிட்டுப் போகட்டுமே என்ற மேலோட்டமான சிந்தனைதான் பெரும் பான்மையினரிடம் கிடக்கிறது.

கணவன் பெயரைக் கடவுளின் பெயர் போல காவிக்கொண்டு திரிவதே ஒழுக்கமுறை என்று எம்மை தயார்படுத்தி வழிநடத்திக் கொண்டிருக்கும் சமூகத்தில் பெண்ணியவாதிகள் கூட ஓர் ஆணின் பெயரை ஏன் போட வேண்டும், எங்கள் பெயரில் மட்டும் ஏன் மாற்றம் ஏற்படவேண்டும், ஏன் அம்மாவின் பெயரையும் சேர்த்துக் கொள்ளக் கூடாது என்ற வாதங்களுக் குள்ளேதான் நின்று கொண்டிருக்கிறார்களோ என்று எண்ணத் தோன்றுகிறது? பிற்பெயரோ முதல் எழுத்தே இல்லாத இந்த குழந்தைகளின் மனநிலையைப் பற்றி யார் சிந்திக்கிறார்கள்? எந்த போராட்டமுமின்றி சுயத்தை இழக்காத பெயரைக் கொண்டவள் இவள். இவளது பெயர் இவளை மட்டும்தான் சித்தரிக்கிறது. குடும்பத்தையோ, குலத்தையோ அவளைச் சுற்றியுள்ள எதற்கும் அப்பால் அவளை மட்டும் அடையாளப்படுத்தும் இந்தப் பெயர்பற்றி நிச்சயம் ஒரு நாள் பெருமைப்படுவாள் என்பதை இன்று என்னால் அவளுக்குச் சொல்ல முடியவில்லை.

"அவங்களா... ஓம் அந்த நீலச்சாறி கட்டியிருந்த அண்டியோட பிள்ளைகள் இரண்டு பேர் வந்திருந்தவை. அவங்க எங்கள பார்த்து முதல்ல சிரிச்சாங்களா. நானும் விஜியும் திருப்பி

சிரிச்சோம். பிறகு கைகாட்டினாங்க. அதுக்கு நாங்க கைகாட்டும் போது அந்த அம்மா அவங்க பிள்ளைங்களுக்கு பேசாமல் இருக்க சொன்னவ. பிறகு நாங்க அப்பன் பேரு இல்லாதவங்க, எங்களோட சேரக்கூடாது என்று சொன்னவ. சின்ன தங்கச்சி பிறகும் எங்களைப் பார்த்து சிரிச்சதால அந்த அண்டி அந்த தங்கச்சிக்கு அடிச்சுப்போட்டா"

"ஓ.."

"என் அப்பா பெயர் போடாட்டி சட்டப்படி குற்றமா? நீங்க தானே நாங்க எல்லாரும் கடவுளோட குழந்தைகள் என்று சொல்லுவீங்க. அதான் நாங்க கடவுளோட பெயரை எங்களுக்கு போடலாமா என்று கேட்க வந்தனான்."

"இல்லம்மா. நீங்க யாருமே பிழை செய்யேலை. பெயரில் என்னம்மா இருக்கு. நாங்க மத்தவங்களை கஷ்டப்படுத்தாமல் வாழவேணும். அதான் முக்கியம். அந்தம்மா மாதிரி இந்த உலகத்தில நிறையபேர் இருப்பினம். அவையெல்லாம் அவங்க யாரென்று கேட்டா அவங்க அப்பா பேரையோ இல்லா அவங்க கணவர் பேரையோ தான் அவங்கள அடையாளப்படுத்த சொல்லுவினம். நீங்க தனித்துவமானவங்க. உங்களுக்கு உள்ள பெயர் உங்களை மட்டும் தான் அடையாளப்படுத்தும். இப்படித்தான் இந்த உலகமே இருந்திருக்கவேணும். உங்க பெயர்தான் சரி. ம்.. மழைவரப்போகுது உள்ளே போவமா? வாம்மா."

நான் சொன்னவற்றைக் கேட்டு தலையை தலையை ஆட்டினாலும் அவளுடைய முகத்தில் சிந்தனை ரேகை வெளிப்படையாக ஓடிக்கொண்டிருந்தது. இன்னும் சில நாட்களுக்கு இதே பேச்சுத்தான் இருக்கும் என்பதை நான் புரிந்து கொண்டேன். இந்த குழந்தைகளை இந்த சமூகத்தை நிமிர்ந்து எதிர்நோக்குமளவு திடத்துடனும், சுயசிந்தையுடனும் வழிகாட்டிவிடும் பெரும் சவாலான இடத்தில் நான் இருப்பதை இந்த குழந்தைகள் நாளும் நினைவூட்டிக் கொண்டிருக்கிறார்கள். அவளுடைய அன்றை மனக்குழப்பத்தைப் போக்கவென சில சமாதானங்களை நானும் தேடிக் கண்டுபிடித்துக் கொண்டிருந் தேன்.

"இன்னொன்று சொல்லட்டா? இவங்க எல்லாரும் அடிக் கடி தங்களுடைய பெயரெல்லாம் மாத்த வேண்டி வரும். அவங்க பிறந்ததும் அப்பா பெயர் போட்டு, பிறகு கல்யாணம்

கட்டின பிறகு கட்டின கணவர் பெயரை மாத்த வேணும். சிலநேரம் கல்யாணம் உடைஞ்சு போய் அவங்க பிரிஞ்சிட்டா திரும்ப அப்பா பெயருக்கு மாத்தவேணும். இன்னொரு கல்யாணம் செய்தா திரும்ப இன்னொருதரம் இன்னொருத்தர் பெயர் மாத்தணும். இப்படி எல்லாம் கஷ்ப்படுறவங்களை நானே பார்த்திருக்கிறேன். சரியா. என்ன பெயர் இருந்தாலும். உங்க காலத்தில இந்த பின்பெயர் போடுற சட்டமும் கலாசாரமும் இல்லாமல் போகணும் என்றதுதான் என் ஆசை"

"ஓ.. அப்ப ஆம்பிளைங்க அம்மா பெயரும் பிறகு மனைவி பெயரும் போடுவாங்களா?"

"இல்லம்மா. அவங்க எப்பவுமே அவங்க அப்பா பெயர்தான் போடுவாங்க. நீ இன்னும் கொஞ்சம் பெரிசா வளர்ந்திட்டா உனக்கு எல்லாம் தெரிஞ்சிடும். இப்ப பஜனைக்கு போவோமா?"

மழைமேகம் முட்டிக்கொண்டு வந்தது. யாருமில்லாத முற்றத்தைக் கடந்து பஜனைக் கூடத்தை நோக்கிப் போய்க் கொண்டிருந்தோம். அன்று வானில் நட்சத்திரங்கள் குறை வாகவே இருந்தன. பின்னந்தி நேரம். மழை பெய்யத் தொடங்கியிருந்தது. தமிழினியின் முகம் மழைமேகத்தைவிட இருண்டு கிடந்தது.

அன்றைய சம்பவம் அவளை மிகவும் பாதித்திருந்ததை உணர்ந்து கொண்டேன். பிறந்த அன்றே விட்டுப் போன தாயைப் பற்றியோ, அந்த சமூகத்தைப் பற்றியோ, அல்லது பெற்றோர்களை இழந்தவர்களுக்கான இந்த இல்லத்தைப் பற்றியோ எட்டு வயதும் நிரம்பாத இந்தச் சிறுமிக்கு எப்படி, எதை புரியவைப்பது? அவளுடைய மனதை வேறுதிசையில் செலுத்தும் முயற்சியைத்தான் இப்போது என்னால்ச் செய்ய முடியும்.

"சரி தமிழினி. இன்டைக்கு என்ன பாட்டு பஜனையில் பாடப்போறீங்க... கடவுளிடம் என்ன வேண்டிக்கொள்ளப் போகிறீங்க. சொல்லுங்கோ பாப்போம்."

"எனக்கு ஒண்டும் வேண்டாம். என்னட்டதான் எல்லாம் இருக்குதே. என் பெயருக்குப் பின்னால மற்ற ஆட்கள் மாதிரி ஒரு பெயர்தான் இல்லை. கடவுளின் பிள்ளைகள்தானே நாங்கள். அவரால்தானே எங்களுக்கு இரண்டு பெயர்களில்லை.

அதால அவரிடம் இன்று அவருக்கு பிள்ளைகள் போதும். இனி அவர் பிள்ளைகள் ஒன்றும் பெறவேண்டாம் என்று சொல்லப் போறேன்."

முற்றம் முழுவதும் மழை கொட்டிக்கொண்டிருந்தது. குழந்தைகள் எல்லாம் வாலைச் சுருட்டிக்கொண்டு இல்லத்திற்குள் ஓடிக்கொண்டிருந்தார்கள். சற்றுநேரத்தில் வெறுமையாய் இருந்தது முற்றம். வேலிக்கு வெளியே எந்தச் சலனமுமற்று இயங்கிக்கொண்டிருந்து உலகம்.

●

தனிமை
என்னும் பெருவெளி

வெளிநிறைய மழை கொட்டிக்கொண்டிருக் கின்றது. இருக்கையறையின் ஒரு மூலையில் தனியேதான் இருக்கின்றேன். நேரம் சாமம் பன்னிரண்டு மணியைத் தாண்டியிருக்கும். வீட்டில் உள்ள அங்கத் தவர்களுக்கு இப்போது அரைச்சாமம் தாண்டியிருக்கும். அவர்கள் என்னருகில் இருந்து பேசிக்கொண்டிருக் காவிட்டாலும் அவர்கள் இந்த வீட்டின் இன்னொரு மூலையில் உறங்கிக் கொண்டிருக்கிறார்கள் என்பதே எனக்குத் தனிமையுணர்வை ஏற்படுத்தாமல் இருந்தது. தனிமை என்றதும் சில காலமாக எனக்கு இரண்டு காட்சிகள் வந்து போகின்றன. அவை இரண்டுமே எனது ஊரில் இருக்கும் இரண்டு வீடுகள். அழகிய பழங்காலத்து ஓவியம் போல அசைவின்றி ஒரு வீடும், யாருமற்ற மற்றொரு வீட்டில் என்பது வயதைத் தாண்டிய ஒரு துடிப்பான அம்மம்மாவின் அசைவுகளும் ஓவியத் திற்காக எழுதப்பட்ட கவிதை போல இப்போதும் வந்து போகிறது.

ஒன்பது வருடங்களுக்கு முன் (2003) யாழ்ப்பாணத்திற்கு நான் சென்ற போது அங்கே போர்நிறுத்தம் அறிவிக்கப் பட்டிருந்த காலம். நல்லூர் கோவிலுக்குப் பின்புறம் இருந்த தெரு ஒன்றில் அந்த நாட்களில் இருந்தேன். மிக ரம்யமான இடம். அற்புதமான மனிதர்கள். யாழ்ப்பாணத்து வீடுகளின் முற்றத்தில் வருபவர்கள் அமர்ந்து பேசுவதற்கென்று குந்துகள் கட்டப்பட்டிருக்கும். தினமும் நான் தங்கியிருந்த வீட்டிலும் நாலு பேர் மடித்துக்கட்டிய வேட்டியுடனும் கட்டம் போட்ட சட்டையுடனும் வருவார்கள்.

அவர்களுடைய பேச்சு பெரும்பாலும் அரசியல், போராட்டம் சம்பந்தமாகவே இருக்கும். அவர்களுக்குள் முரண்பாடுகள் வந்து போகும். குரலை உயர்த்துவார்கள் பின் தாமாகவே ஏதோ சமாதானம் அடைந்து போவார்கள். அனேகமாக எல்லா வீடுகளிலும் சாயங்காலங்களில் தேனீர் குவளையுடன் இந்த பேச்சுவார்த்தைகள் நடப்பதைக் காணலாம். கேட்டுக் கொண்டிருக்க மிக சுவாரசியமாக இருக்கும்.

வெயில் இறங்கிய நேரங்களில் நான் இந்த வீதிகளில் நடந்து போயிருக்கின்றேன். முற்றம் கூட்டிக் கொண்டிருப்பவர்கள், வெளியே விளையாடிக்கொண்டு சத்தம் போடும் குழந்தைகள், கால்நீட்டி அமர்ந்து புறுபுறுத்துக்கொண்டிருக்கும் பாட்டி மார், கொஞ்சம் தள்ளி இருந்த வீட்டில் பரதநாட்டியம் பழகும் குழந்தைகளின் பாத ஒலியும் தட்டுக்கழியின் சத்தமும் கேட்கும். இருகரையும் இருந்த வீடுகளின் இடையிடையே பச்சைச்சட்டை, இரும்புத்தொப்பி, கையில் துவக்கென ஆமிக் காரர் முறைத்தவண்ணம் ஒரே இடத்தில் நிற்பார்கள். வேலிக்கு அந்தப்பக்கமாக அவர்களுடைய தொப்பித்தலைதான் தெரியும். அந்தத் தெருவில் கடைசிவீட்டில் எப்போதும் ஒரு வீட்டின் கதவு மட்டும் திறந்தே கிடக்கும். ஆட்களின் அரவம் எதும் இருப்பதாகத் தெரியவில்லை. நானும் இங்கு வந்த காலத்திலிருந்து கவனித்துக்கொண்டுதான் இருக்கிறேன்.

அன்றும் அப்படி நான் நடக்கப் போயிருந்த போதுதான் அந்த வீட்டில் இருந்து ஒரு குரல் கேட்டது. மிகாஞ்சநேரம் நின்று அவதானித்த போது அது ஒரு வயதான மூதாட்டி கந்தசஷ்டி கவசத்தை உரத்துப் பாடிக்கொண்டிருந்தார். அவர் குரல் தழுதழுத்துக்கொண்டிருந்தது. உள்ளே செல்ல பயமாகவும் இருந்தால், வேலியருகிலேயே சற்றுநேரம் நின்று அவர் பாடும் கந்தசஷ்டி கவசத்தைக் கேட்டுக்கொண்டிருந்தேன்.

சரி என்ன தான் நடக்கப்போகிறது என்று அந்த வீட்டின் வளவுக்குள் போனேன். பூவரசம் மரங்களாலான வேலி ஒழுங்கின்றி வளர்ந்து இருந்தது. பலாமரத்தின் இலைகள் தரைமுழுவதும் கொட்டி பலநாற் சருகுகள் கிடந்தன. வெளிச்சுவரின் மங்கிய பச்சை நிறமும் இடையிடையே கொட்டிப்போன பூச்சும் பலகாலமாக பராமரிக்கப்படாத வீடு என்று சொல்லிக்கொண்டிருந்தது. எப்போதும் திறந்தே இருக்கும் வீடு என்று நினைத்துக்கொண்டிருந்த எனக்கு அப்போதுதான் அந்த வீட்டிற்குக் கதவே இல்லை என்பது புரிந்தது. இத்துப் போன நிலைகளும் துருப்பிடித்த ஜன்னல் கம்பிகளுமாயிருந்தது வீடு.

இருக்கையறையின் ஒரு மூலையில் ஒரு பாட்டி ஒருக்களித்து சுவரைப்பார்த்த வண்ணம் படுத்திருந்தார். சுவரில் பழைய சுவாமிப்படம் ஒட்டிய இரண்டு நாட்காட்டிகள் தொங்கிக் கொண்டிருந்தன. இரண்டுமே பலநாள் கிழிக்கப்படாதவை மட்டுமல்ல, பல வருடங்கள் பழையன. அதைவிட ஒரு வெள்ளி செம்பு மட்டும் பாட்டியின் அருகில் இருந்தது. பாட்டி என்னைக் கவனிக்கும் நிலையில் இல்லை. அவர் தனது தனிமையில் கந்தசஷ்டி கவசத்துடன் தன்னை மறந்து இருந்தார். இதைத் தவிர அந்த அறையில் எதும் இல்லை. அம்மா என்று மெல்லக் கூப்பிட்டேன். தனது பாடலை நிறுத்திவிட்டு மெதுவாக திரும்பிப் பார்த்தார். இவரைப் போலவே எனது அப்பம்மாவும் முந்தைய நாட்களில் தினமும் சமைக்கும் போது கந்த சஷ்டி கவசம் பாடக் கேட்டிருக்கிறேன். அழுதுகொண்டே பாடும் இந்தக் கவசம் இன்னும் என் மனதைத் தைத்துக்கொண்டிருக்கிறது. அந்தக் கவசம் தான் என்னை இந்த வீட்டினுள் அழைத்து வந்திருக்கிறது.

"யாரு பிள்ளை? வா"

"நான் இங்க பக்கத்து வீட்டில இருக்கிறேன். சும்மா உங்களைப் பார்த்திட்டுப் போகலாம் என்று வந்தனான். என்னம்மா செய்யுறீங்க?"

"என்ன பிள்ளை செய்யுறது... இந்த கிழவியை நீ பார்த்து என்ன செய்யப்போறாய்? அதான் எல்லாரும் போயிட்டாங்களே என்னை விட்டு."

மனதில் கிடந்த அடைப்பு எல்லாம் திறகக்கப்பட்டது போல வீறிட்டு அழுத்தொடங்கினார். ஒருவித புழுக்கமும், விரக்தியும்

வீடு முழுதும் நிரம்பியது. ஒரு மனிதனுக்குத் தனிமை என்பது எப்படி பெரிய எதிரியாகிவிடுகிறது என்பதை நான் உணர்ந்து கொண்டேன். வாழ்க்கைக்குத் தேவையான பாதுகாப்பு உணர்வை ஒரு போதும் பெறாதவர் போல என் கைகளை இறுகப் பற்றிக் கொண்டார். சின்னக் குழந்தைபோல பொக்கைவாய் திறந்து அழுது கொண்டிருந்தார். சுவற்றோடு கரைந்த வெறுமை போல் அவளுடைய கண்கள் அலைந் தோய்ந்தது.

எனக்கும் அந்தப் பாட்டியுடன் பேசும் ஆர்வம் வரவே, சம்மணம் கட்டி நன்றாக அமர்ந்து கொண்டேன்.

"சாப்பிட்டியே பிள்ளை. முந்தி என்ற பிள்ளையளுக்கு எப்படி எல்லாம் சமைச்சு போட்டனால். இப்ப நான் யாருக்குச் சமைக்கிறது பிள்ளை?. யாரேன் கொண்டு வந்து தந்தா சாப்பிடுவேன். நல்லா பசிச்சாதான் சமைக்கிறனான். எங்கே இருந்து வந்தனி பிள்ளை. அம்மாவ பாக்கவே வந்தனீங்கள்."

"இல்லை அம்மா. நான் நோர்வேயில இருந்து வந்தனான். அம்மா என்னோட அங்க என்னோடதான் இருக்கிறா. நான் வேற அலுவலா வந்தனான்."

மரணத்தைவிடக் கொடுமையான தனிமையான நாட்களில் அந்த மூதாட்டி வதைபட்டுக்கொண்டிருக்கின்றாள். யாரோடும் பகிர்ந்து கொள்ளமுடியாத தனது நாட்களை இந்த வீட்டின் ஒவ்வொரு மூலையிலும் விட்டெறிந்து கொண்டிருக்கும் வாழ்வின் ரணத்தில் உழன்று களைத்துப்போயிருப்பதை அவளது கண்கள் உதிர்த்துக் கொண்டிருந்தன. நான் எதையும் கேட்டு அதில் அவள் மேலும் துன்பப்பட்டுவிடவேண்டாமே என அவளே பேசட்டும் என வெறுமனே குந்திக் கொண்டிருந்தேன்.

"எனக்கு மூண்டு பெடியன்கள். ஒருத்தன் எட்டு வயசிலேயே வருத்தம் வந்து என்னை விட்டு போயிட்டான். அப்ப மூத்தவன் நல்லா படிச்சு வேலையில இருந்தவன், ரிசர் என்று தான் வெளிநாட்டுக்குப் போறன் என்று சொல்ல இவரும் காணியெல்லாம் அடகு வைச்சு அனுப்பி வைச்சவர்தான். அதுக்குப் பிறகு என்ட பிள்ளையை நான் பார்க்கவே இல்லை பிள்ளை."

மீண்டும் வலுவில்லாத உடல் குலுங்க அழுத்தொடங்கினார்.

"என்ன சாப்பிட்டீங்க அம்மா. ஏதாவது வாங்கி வரவே?"

"வேண்டாம் பிள்ளை. இந்த பிள்ளைகளை நினைச்சா எனக்கு நெஞ்செல்லாம் நோகுது. இடைக்கிட காசனுப்புவான். சாப்பாடு சமைக்க ஆள் வைக்க சொன்னவன். நான் தான் வேண்டாம் என்று விட்டிட்டேன். மாசத்துக்கொருக்கா கதைப்பான். அதுவும் தூரபோய்தான் கதைக்க வேணும். என்னால இப்ப எல்லாம் அவ்வளவு தூரம் நடக்க ஏலாது. ரெண்டு பிள்ளைகள் அவனுக்கு. நான் எண்ட பேரப்பிள்ளையள பார்க்காமலே சாகப்போறன் என்று பயமாக இருக்கம்மா. இப்படி வந்த ஆட்களிட்ட எல்லாம் சொல்லி அழுது அழுது யாரும் இப்ப இங்க வாறதில்லை பிள்ளை. நீ வந்தது சந்தோசமா இருக்குப் பிள்ளை. அடிக்கடி வந்து போ, என்ன?"

"அப்படியெல்லாம் சும்மா நினைக்கப்படாது." என்று ஆறுதல் சொன்னாலும் இத்தனை வருடங்களாக பார்க்க வராத மகன் இனி வருவார் என்ற நம்பிக்கை எனக்கு வரவில்லை. அந்த மூதாட்டியின் பக்கத்தில் சில புகைப் படங்களும் இருந்தன. அதை எடுத்து பார்த்தேன்.

"இவன்தான் பிள்ளை மூத்தவன். அவன் சீமைக்குப் போன கையோட என்ற கடைசி மகன், அவனுக்கு அப்ப பதின்மூன்று வயசுதான் இருக்கும். விளையாடப்போறன் என்று போனவன்தான் திரும்பி வரவேயில்லை. பிறகுதான் அறிஞ் சனான் அவன் இயக்கத்துக்குப் போயட்டான் என்று. யாரோ பார்த்தவைதான் வந்து சொன்னவை. இயக்க உடுப்போட துவக்கெல்லாம் கொண்டு திரியுறான் என்று. அவன் மட்டுமில்ல பிள்ளை, அவனோட மூண்டு பேர் போயிட்டாங்கள். இப்படியே எண்ட எல்லா செல்வங்களையும் பறிகொடுத்திட்டு இப்படி அனாதையா கிடக்கிறன்."

பக்கத்தில் இருந்த புகைப்படங்களில் பழைய படம் ஒன்றைக் காட்டி மீண்டும் தனது சோகத்துக்குள் மூழ்கிப் போனாள். எமக்கிடையில் பெரும் நிசப்தம் அமர்ந்து கொண்டது. உயிரை வலிந்து கொல்லும் இத்தனிமையிலும் தன் உறவுகளை கண்டுவிடவேண்டும் என்ற ஏக்கம்தான் இன்னும் இந்த மூதாட்டியை உயிரோடு வாழச்செய்கிறது. இன்னும் எத்தனை காலங்களுக்கு இந்தத் தனிமையை நகர்த்திச் செல்லப்போகிறாள் இந்த மூதாட்டி?

"அவன் சரியான துடிப்பான பிள்ளை. சண்டை நடக்கும் போதெல்லாம் அவன எப்பவும் முன்னுக்குத்தான் அனுப்பு வாங்களாம். தைரியசாலி. பிள்ளைகள் எல்லாம் இப்படி ஆளுக்கொரு திசையாய் போனத பார்த்து அவரும் பித்துப் பிடிச்ச மாதிரி வாழ்க்கை வெறுத்து கொஞ்சக் காலத்தில போய்ச்சேர்ந்திட்டார். அவன்தான் வீட்டிலயே நல்ல பாசமான பிள்ளை. இன்டைக்கு இருந்திருந்தா இப்ப கல்யாணம் கட்டி பிள்ளைகளும் இருந்திருக்கும். ஏன்தான் கடவுள் என்னை இப்படி தனியவிட்டவரோ தெரியாது. எப்படியும் எண்ட பிள்ளையள் நான் போய்ச்சேரத்துக்குள்ள வருவாங்கள். அவன் கண்ணண்ட படம் ஒண்டு இதுக்குள்ள இருக்குப் பிள்ளை. பாரேன். அது அப்ப சின்னான இருக்கேக்க எடுத்தது. இப்ப அவனுக்கு இப்பத்தைஞ்சு வயசு. பெரிசா வளர்ந்திருப்பான் எண்ட பிள்ளை. அவனுக்கும் ஒரு கல்யாணத்தைச் செய்து வைச்சிட்டா நான் நிம்மதியா போய்ச்சேர்ந்திடுவேன். எனக்கு தண்ணி கொஞ்சம் கொண்டு வாறன். அவங்கள் வருமட்டும் உசிரோட இருக்க வேணும் பிள்ளை."

தனது லுங்கியை இழுத்துப்பிடித்தவண்ணம் நெளிந்து, நிறம் மாறிக்கிடந்த பித்தளைச் செம்பையும் எடுத்துக்கொண்டு சமையற்கட்டை நோக்கி நகர்ந்தார். முதுமையில் தனிமை என்பது யதார்த்தம் என்றான பூமிக்கு நான் வந்திருப்பதாக உணரத் தொடங்கினேன்.

நான் அவருடைய புகைப்படக் கோர்வையை பார்க் கலானேன். கெரில்லா உடையோடும் ஒரு துவக்கோடும் பதின் மூன்று வயதே நிரம்பிய அவரது கடைசி மகனின் ஒரு புகைப் படம் பாதி கிழிந்து அதற்கு ஒட்டுப்போடப்பட்டிருந்தது. துடுக்குத்தனமான தோற்றம். மெலிந்த உடல். சலனமில்லாத கண்கள். அவனது பெயரும் அதன் மேலே வீரமரணம் என்றும் போடப்பட்டிருந்தது. அவன் இறந்து ஒன்பது ஆண்டுகள் கடந்திருந்தன.

●

மண்புழு

மண்புழுவை நான் எப்போதும் விரும்பியதில்லை. அதன் தோற்றம் அதன் நாற்றம் எல்லாமே என்னை தூரநிற்க வைப்பவை. பல தடவை மண்புழுவை கண்டு அழுதிருக்கின்றேன். ஏனோ அதைக் கண்டவுடன் ஓட்டுக்குள் ஒளிந்து கொள்ளும் நத்தையைப்போல் எனது கார்கட்டைவிரல்கள் தாமே உள்ளிழுத்துக் கொள்ளும். மழைகாலங்களிற்தான் அவை அதிகமாக சாலையோரங்களில் ஊர்ந்து கொண்டிருக்கின்றன. பல மண்புழுக்கள் கால்களில் மிதிபட்டு அகோரமாய், அருவெறுப்பாய் பாதைகளில் நெளிந்து கொண்டிருக்கும். அப்போது ஏற்படும் ஒருவித உணர்வு என்பது அருவெறுப்பு, பயம் என்ற இரண்டையும் எனது உடலெங்கும் ஓடச்செய்யும். மண்புழுக்களை கவனமாகக் கடந்து நான் பாடசாலை செல்வதற்குள் பாடம் வகுப்பறையில் ஆரம்பமாகியிருக்கும். அதனாலேயே நான் மிதிவண்டியில் பாடசாலை போகத் தொடங்கியிருந்தேன்.

ஆனாலும் இந்த உலகத்தில் மண்புழுக்களை வெறுப்பதற் குரிய காரணங்கள் ஒன்றுமே இல்லையென்பதும்

எனக்குத் தெரியாமல் இல்லை. மண்ணின் அடியில் இருக்கும் கனிமங்களை மேலே இருக்கும் பயிர்களுக்கு உரமாக்குவதைத் தவிர அவை எந்தத் தீங்கும் இழைப்பவையயல்ல. ஒருநாள் இந்த மண்புழுக்களைக் கண்டு நான் அலறிய அலறலில் ஊரே மண்புழு தொடர்பான என் பயத்தை தெரிந்துகொண்டது. ஆனால் மனிதர்களிலும் சிலர் மண்புழுக்கள் தந்த அருவெறுப்பைவிடப் பலமடங்கு அருவருப்பைத் தருபவர்களாக இருக்கின்றார்கள் என்றாலும் அவர்களைப் பற்றி இன்றுவரை நான் ஏன் யாருக்கும் சொல்லாமல் இருந்திருக்கிறேன்; என்பதும் ஒருவித கசப்பான விடயமே. அதற்கான காரணங்கள் என்ன? பயமா... அவமானமா... கலாச்சாரத் தடைகளா? அல்லது அவையனைத்தும் கலந்ததோர் உணர்வா? பதில் எனக்குத் தெரிந்ததாய் இல்லை.

எனக்கு அப்போது ஐந்து அல்லது ஆறு வயதிருக்கும். அது ஒரு தோப்பு. தென்னை மரங்களைக் கொண்ட பெரிய ரம்யமானதொரு தோப்பு. அந்தத் தோப்பின் நடுவேதான் எமது வீடு. பாடசாலைவிட்டு வீடு வந்ததும் அந்தத் தோப்பை சுற்றிவருவதில் ஒரு தனி சுகம். எப்போதும் அங்கே எனக்காக புதிதாக ஏதாவது இருக்கும். தோப்பின் எல்லையில் குட்டி வாய்க்கால் ஒன்று ஓடிக்கொண்டிருக்கும். அந்த வாய்க்காலுக்கு மறுபக்கம் கிடுகுவேலி. வேலியின் இடுக்குகளில் குண்டுமணிச் செடிகள் ஆங்காங்கே நிற்கும். அம்மா வந்தால் அங்கே போகாதே இங்கே போகாதே என்ற சத்தம் கேட்டுக்கொண்டே இருக்குமாதலால் அதற்கு முன்னே தோப்பை ஒரு சுற்று சுற்றி வருவது எப்போதும் என் வழக்கம். எப்போதும் எல்லை மீறுதல் என்பது ஒரு தனிசுகம் உண்டு.

ஆங்காங்கே தெரிந்த உறவுக்காரர்கள் நின்று பேசிக் கொண்டிருப்பார்கள். சிலர் கீழே துணியொன்றை விரித்துப் படுத்திருப்பார்கள். காற்றோட்டத்தோடு தென்னை நிழலில் படுத்திருப்பதின் சுகம் எனக்கும் பிடித்தமான ஒன்று. அந்தத் தோப்பில்தான் தெனாலிராமனையும், முல்லாவையும் நான் அறிந்துகொண்டது. அன்றும் நான் ஒரு சுற்று சுற்றி வந்து கொண்டிருக்கும் போது ஒரு தென்னை நிழலில் போர்த்தியபடி படுத்திருந்த குமார்மாமா என்னை அழைத்தார். பக்கத்தில் பெரிய மாமாவும் நின்று கொண்டிருந்தார்.

"எங்கே போறீங்க?"

"எங்கேயும் இல்ல"

"இங்க வாங்கோ"

"இல்லை நான் போகப்போறேன்"

"வந்தால் ஒரு கதை சொல்லுவேன்"

"ம்.. சரி" என்று நானும் பக்கத்தில் போய் அமர்ந்து கொண்டேன். அவர்கள் ஏதோ கொஞ்ச நேரம் அரசியல் பேசிக்கொண்டிருந்தார்கள். ஒரு பெரிய தென்னையில் சாய்ந்து கொண்டிருந்த பெரிய மாமா அங்கிருந்து நகர்ந்து சென்றார்.

"கதை சொல்லவா"

"சொல்லுங்கோ"

"சரி முதல் இதுக்குள்ள வாங்கோ" என்று போர்வைக்குள் என்னையும் வைத்துப் போர்த்திக் கொண்டார். ஏதோ ஒரு கதையைச் சொல்லத் தொடங்கினார் என்றாலும் அவருடைய கவனம் முழுதும் என் உடலை தடவிக் கொடுப்பதிலேயே இருந்தது. தேவையில்லா இடங்களில் அவரது கைகள் பட்டபோது தட்டிவிட்டு கொண்டிருந்தேனே ஒழிய எழும்பிப் போகும் தைரியம் எனக்கு அப்போது இருக்கவில்லை. அப்படி எத்தனித்த போதும் அந்த மனிதர் என்னை பிடித்து இழுத்த இடம் வலித்தது. ஒரு வித அருவெறுப்பான பயஉணர்வு மண்புழுவைப் போல என் உடல் எங்கும் ஊரவும் தொடங் கியது.

நானும், சொல்லத்தொடங்கிய கதை எப்போது முடியும் என்பதிலேயே ஆவலாய் இருந்தேன். அவரே இயற்றிச் சொல்லிக் கொண்டிருந்த கதையை அவரும் முடிப்பதாய் இல்லை. அவருடைய கைகளை அன்று உலகத்தில் உள்ள எதையும்விட அதிகமாக வெறுத்தேன். அவருடைய கையசை வுகள் தற்செயலானவையல்ல என்பதை அந்த வயதிலேயே என்னால் அறிந்து கொள்ள முடிந்தது. அந்த மனிதரின் கைகளின் உரசல்கள் மட்டும் அவரது அன்றைய தேவைக்குப் போதுமானதாய் இல்லை என்பது போல அவர் என்னை மிகநெருக்கமாக அணைத்துக்கொண்டிருந்தார். எனது தொடைகளினிடையில் அவரது கைவிரல்கள் எரிவையும், வலியையும் ஏற்படுத்திக் கொண்டிருந்தன.

நான் அதிகமாய் நேசித்த அந்தத் தென்னந்தோப்புக்கூட அன்று மனதில் ஒரு வகை எரிவையுண்டு பண்ணியது. யாராவது வந்து என்னை அழைத்துப் போகமாட்டார்களா என்று ஒவ்வொரு நொடியையும் கடந்து கொண்டிருந்தபோது

எனது பெரிய மாமா என்னை எங்கிருந்தோ அழைத்தார். அதைக் கேட்ட மாத்திரத்திலேயே நான் போகிறேன் என்று திமிறி எழுந்த என்னை, "அவர் சும்மா கூப்பிடுறார்., நீங்க இருங்கோ. இன்னும் கதை முடியவில்லை..." என்று அழுத்தி அதே இடத்தில் வைத்துக்கொண்டார் குமார். அதற்கிடையில் பெரிய மாமாவின் அழைப்பு பல தடவை கேட்டுவிட்டது என்றாலும் நான் செயலற்று அந்த போர்வை நரகத்துக்குள்ளேயே பயம் மேலிட குறுகிப்போயிருந்தேன்;. அழுகை அழுகையாக வந்தது.

இந்தப் போர்வைக்குள் இருக்கும் மாமாவை யாராவது வந்து கொன்று போடமாட்டார்களா என்று நினைத்துக் கொண்டே இருந்தேன். தோப்பு அமைதியாக இருந்தது. தூரத்தில் யாரோ பேசிச்சிரிப்பதும் அம்மாவின் குரலும் கேட்க எனக்குள் சின்னதாய் தைரியமும் நம்பிக்கையும் வரதொடங்கிய கணத்தில் குமாரின் போர்வையை யாரோ இழுத்தெறிந்தார்கள். நான் திடுக்கிட்டு நிமிருமுன்னே "உனக்கு நான் கூப்பிட்டது கேட்காமல் என்ன செய்யிறாய்? ம்!" என்ற பெரியமாமாவின் அதட்டலும் கோபமான முகமும் என்னை மேலும் மருட்ட, நான் பயந்து போனேன். நான் ஏதோ குற்றம் செய்தவளைப்போல நின்று கொண்டிருக்க, என்னை விட்டு வேகமாக அகன்ற பெரிய மாமா கையில் நீளமானதொரு தென்னம் மட்டையுடன் வந்ததும், அவர் அதை என் மேல் வீசியடித்ததும்தான் நினைவில் இருக்கிறது. அடிவிழப் போகிறது என்று தெரிந்த பின்னும் ஓடுவதற்குரிய எந்த முயற்சியிலும் இறங்காமல் அல்லது நினைவு மரத்துப்போய் இருந்த எனக்கு தனது கையோயும் வரை, தென்னம்மட்டை கிழியும் வரை வீசியடிக்கத் தொடங்கியிருந்தார் பெரிய மாமா. இன்னும் அந்த நினைவுகள் என்னை கலங்கவே வைக்கின்றன. அதன் பிறகு அந்தத் தோப்பு இருட்டிப் போனது தவிர எதுவும் நினைவில்லை.

நடுச்சாமம். குடிசையின் பின் மறைவான கிடுகு அறையில் படுத்திருக்கிறேன்.

நான் விழித்தபோது என் அம்மா என் அருகில் இருந்து என்னைப் பார்த்துக் கொண்டிருந்தாள். அந்த இருட்டறைக்குள் அரிக்கண் விளக்கு எரிந்து கொண்டிருந்தது. அம்மாவின் கண்கள் கலங்கிப்போயிருந்தன. என்னை எதுவும் அவள் கேட்கவில்லை. நான் படுத்திருந்த தலையணையில் என் மூக்கில் இருந்து இரத்தம் வழிந்துகொண்டிருந்ததும், அம்மா எனது மூக்கை துடைத்துவிட்டு தலைகோதிக் கொண்டிருந்

ததுமான அந்த நீளமான பகலும் இரவும் என்னை இன்றும் விடுவதாயில்லை.

இன்றும் ஓநாய்க்கண்களின் ஒளிர்வுடனும் பூனைக்கால் களுடனும் பதுங்கிப் பதுங்கி தினம் தினம் என் உடலின் மேல் ஊர்ந்து செல்லும் இந்த நினைவுகள் என்மீது ஏற்படுத்தும் பாதிப்பை எங்கும் யாருக்கும் காட்டிக் கொடுக்காமல் வாழ்தல் என்பது, நினைவுகளுக்கு வரும் புற்றுநோயை ஒத்தது என்றே இன்று நினைக்கின்றேன். இன்றும் எனது சில உடற்பகுதிகளில் விரல்கள் தீண்டினால் அதே வெறுப்பும், அருவெறுப்புணர்வும், எழுவதை உணர முடிகிறது. இந்த சம்பவத்தை நான் எனது தோழியுடன் பகிர்ந்துகொண்டபோது எனது வாழ்நாளில் கால்வாசிக்கும் மேல் ஓடிப்போயிருந்தது.

இந்தச் சம்பவத்தின் பின் முழுதாக மறந்து விட்டிருந்த அந்த மனிதரின் முகத்தை ஐந்தாறு வருடங்களின் பின் ஒருநாள் ஒரு பேருந்து தரிப்பிடத்தில் நான் கண்டபோது நான் செய்த முதற்காரியம், பக்கத்திற் கிடந்த ஒரு கருங்கல்லை எடுத்து அவர் மண்டையில் வீசியதுதான். குறி தவறியது ஆனாலும் முதன் முதலில் வன்முறையைக் கையில் எடுத்தபோது வயது பதினொன்று.

●

கரடிபொம்மை

இன்றெனக்கு வயது பதினெட்டு. நண்பர்கள் கூட்டம், உறவினர் வருகை என்று வீடே அமர்க்களப் பட்டுக்கொண்டிருந்தது. புதிது புதிதாய் பரிசுப் பொருட்கள். வீட்டின் ஒரே பெண் பிள்ளையென்று கொஞ்சம் செல்லம். நான் ஆசைப்பட்டது பலதும் என் கைகளில், அம்மா, அப்பா, அண்ணா, மாமி என்று எத்தனை பொருட்கள். என்னதான் பதினெட்டு ஆனாலும் அப்பாவிற்கு நான் செல்லபிள்ளைமட்டுமல்ல, சின்னப்பிள்ளையும்தான் போலும். இன்றைய அப்பாவின் அன்பான பரிசு நான் பார்க்க ஆசையாக இருக்கிறது என்று அன்றொரு நாள் கூறிய கரடி பொம்மை.

பொம்மைகள் புடை சூழ விளையாட்டுக்கடை யொன்றில் பார்த்த ஞாபகம் லேசாக இருக்கிறது. அத்தனை பொம்மை களுக்குள் கொஞ்சம் அழகாக, சற்றே சதைப்பிடிப்பாக, கட்டிப்பிடிக்க மிருதுவாக இருக்கும் போல் தோன்றியது. அதன் நிறமும் எனக்குப் பிடித்துப்போனது. அழகாக

மருண்ட குண்டு குண்டு கண்கள் என்னையே உற்றுப் பார்ப்பது போல் தோன்றியது.

இப்பொழுதெல்லாம் எனது அதிகமான நேரங்கள் பொம்மையுடனேதான். தூங்கும் போதெல்லாம் இறுக்க அணைத்த வண்ணமே தூங்கிப்போவேன். என் கட்டிலின் சுவர்க் கரையோரம் பொம்மையின் சொந்தமாயிற்று. சில வேளைகளில் தலையணையாய், ஒருசில நேரங்களில் என் கால்களுக்கு மிருதுவாக வைத்துக்கொள்வேன். பொம்மையின் அருகாமையும், வெப்பமும் எனக்குத் தேவையான தொன்றா கிப்போனது. முதுகுப்புறமாவது உரசிக்கொண்டால் தான் தூக்கமே வரும். உயிரும் உணர்வுமற்ற கரடி பொம்மையும் எனது ஆசைகளுக்கேற்ப தன்னை அர்ப்பணித்துக்கொண்டது. கொஞ்சம் சுயநலமாகப்பட்டாலும் அதிகமாய் அலட்டிகொள்ள வில்லை நான். அதற்கு நேரமும் எனக்கு இருப்பதில்லை.

காலை எழுந்து படிக்கப்போய், மதியம் உண்டு, அரட்டை யடித்து, கணனியில் நேரம் போக்கி, என் நண்பர்களிடம் கொட்டமடித்து, தொலைக்காட்சித் தொடர்கள் பார்த்து, சமைத்து வைத்த உணவை உண்டு, இன்னும் சில பல வேலைகள் பார்த்து கட்டிலுக்கு வரும் போதுதான் பொம்மை யின் நினைவு வரும். பொம்மையும் கண்ணில் படும். அதற்கு மட்டும் உறங்கும் பழக்கமிருந்தால் இப்பொழுது அரைசாமம் தாண்டியிருக்கும். ஆனால் நான் விட்டுபோன அதே இடத்தில் எனக்காகவே காத்திருக்கும் எனது கரடிபொம்மை. எனது வசதிக்கேற்ப அதை கட்டிக்கொண்டு தூங்கிவிடுவேன் நான்.

பாவமாய்த்தான் இருக்கும் பார்க்க. நானும் என்ன செய்ய? அப்பா வாங்கிவிட்டார் என்பதற்காக எனது நேரங்களை இந்த பொம்மையுடன் கழிக்க முடியுமா என்ன? அதுவும் கணினி, புதிய பழைய வலைப்பின்னல்கள். அது தொடர்பான நண்பர்கள் என்று எனது வட்டம் விரிந்து கொண்டே போகிறதே. என்னதான் எனது நேரங்களை நான் அந்த பொம்மையுடன் பகிர்ந்து கொள்ளாவிட்டாலும், எனது துக்கமான நேரங்களையும், கோபமான சமயங்களையும் அதனுடன்தான் பகிர்ந்துகொள்வேன். கோபமான நேரங்களில் எனது கைகளில் முதலில அகப்பட்டுக்கொள்வதும் அதுதான். சிலவேளைகளில் அதைத் தூர வீசியெறிந்திருக்கிறேன். அறைச்சுவரில் முட்டி விழுவதை தூக்கி முகத்திலே குத்து குத்துதென்று குத்தியிருக்கிறேன். அது யாரிடமும் முறையிடாது என்ற நம்பிக்கையில் முழியை நோண்டியிருக்கிறேன். சில வேளைகளில் தூர எறிந்த பொம்மை தரையில் அடிபட்டுக்

கிடப்பதை ஒரு கொடூரத்தோடு விட்டு போயிருக்கிறேன். இருந்தும் நான் விட்டுப் போன இடத்திலேயே எனக்காக காத்திருந்தது என் கரடி பொம்மை.

நான் சோகமென்று சொல்லிக் கொள்ளுகின்ற தினங்களில் அதன் மடியில்தான் முகம் புதைத்து அழுவதுண்டு. எனது வடிந்த மூக்கும் சொரிந்த கண்ணின் ஈரமும் தாங்கி தன்னை அழுக்காக்கிக் கொண்டேனும் என் சோகம் தீரும் வரை அமைதியாய் காத்திருக்கும் என் கரடி பொம்மை. இத்தனைக்கும் நன்றிக்கடனாய் ஒருதடவைகூட அதைக் குளிப்பாட்டியதில்லை. உணர்வில்லா ஜடப்பொருளாய் பார்த்து பழகியதால் நேசம் காட்டத் தோன்றவில்லை. ஒரிரு சமயங்களில் எனது நண்பர்களிடம் காட்டி பெருமை பேசியிருக்கிறேன். இதன் ரகம் பற்றி, உயர் ஜாதிக் கடையில் வாங்கியது பற்றி, நிறம் பற்றி, அதன் கண்களின் அழகு எப்படி என்னைக் கவர்ந்தது பற்றி எல்லாம் என் இமை தூக்கி வீரம் பேசியிருக்கிறேன். பொம்மையின் பொறுமை பற்றி பெருமை பேசியிருக்கிறேன். இது எனக்கு மட்டுமே சொந்தமானது. என் கட்டிலின் சுவர்கரையோரம்தான் இதன் வசிப்பிடம்.

பொம்மை வாங்கித்தந்த அப்பா எனக்கு இன்னொன்றும் தருவதாய்ச் சொன்னார். எனது திருமணம் இனிதாய் முடிந்தது. எனது அறை தூசி தட்டப்பட்டு அலங்கரிக்கப்பட்டது. பொருட்கள் இடம் மாறின. சில பொருட்கள் அகற்றப்பட்டன. பல புதிய பொருட்கள் வைக்கப்பட்டன. அகலமான புதிய போர்வை என் கட்டிலில் பூத்திருந்தது. என் ஒற்றைத் தலையணை அருகில் புதியாய் இன்னொன்று. சுவரோரம் வெறிச்சோடிக்கிடந்தது. என் பொம்மை?

"அம்மா! என்ட பொம்மை எங்க?"

"பொம்மையோ? உனக்கு கல்யாணமாயிட்டுது. ஞாபகம் இருக்கோ? என்ட மருமகன் என்ன உன்ட பொம்மையோடையோ குடும்பம் நடத்திறது? உன்ட அலமாரி மேல மற்ற பொம்மையளோட வைச்சனான். போய்ப்பார்"

"உங்கன்ட வசதிக்கு பதினெட்டு வயசில பொம்மையும் வாங்கித்தாங்கோ. பிறகு புருசனையும் வாங்கித் தாங்கோ.." எரிச்சல் வர எனது அறையை நோக்கி வேகமாய் நடந்தேன். பொம்மை அமைதியாய், பத்திரமாய் இருந்தது. வெறிச்சோடிக்கிடந்த எனது கட்டிலின் சுவர்க் கரையோரம் எனக்காய் ஒதுக்கப்பட்டிருந்தது.

●

சுருக்குப் பாவாடைக்காரி

ஒரு மனிதனுக்கு மறக்க முடியாத சம்பவங்கள் என்று பல இருக்கும். அவற்றில் சில தேவையில்லாமல் சீரான இடைவெளியோடு மனதில் வந்துபோகும். இப்படியான நினைவுகளில் பல மனதிற்கு இதமானவை. சிலது 'ஐயோ, இதை மறக்க மாட்டோமா' என்று இருக்கும். சில நினைவுகளில் சினம், இயலாமை, வெறுப்பு கையாலாகாத்தனம் என்ற பல உணர்வுகள் சேர்ந்து வந்து பொழுதுகளை இடையயூறு செய்தவாறு இருக்கும். என்னை சில நினைவுகள் இப்படி அலைக்கழிப்பதுண்டு. மண்புழுக்களைப்போல என் மீது அவை ஊர்ந்து செல்வதுண்டு. அந்த நினைவுகளை எங்காவது போட்டு வைத்துவிட்டால் என்னில் இருந்து சில பாரங்கள் குறையும் என்ற நம்பிக்கையில் எழுத ஆரம்பிக்கிறேன்.

பல வருடங்களுக்குப் பிறகு சென்னையில் அம்மா மாமாவுடன் தி.நகரில் அலைந்து கொண்டிருந்தேன். ஆனி மாதத்து வெயில் சென்னை முழுதும் எரித்துக் கொண்டிருந்தது. இரண்டு கரையும் புடவைக் கடைகளும்,

அதன் வாசலில் கடையை மறைத்த வண்ணம் வண்டிகளில் நிறநிறமாய் பல சில்லறைப் பொருட்களும் என்றும் போலவே அன்றும் ஒழுங்கற்று இருந்தன. சன நெரிசலில் இடிபட்டபடி என்னோடு சேர்ந்து பலரும் நாகரீக ஆடைகளையும் அலங் காரப் பொருட்களையும் ஆவென்று பார்த்த வண்ணம் நழுவிக் கொண்டிருந்தனர். வெயில் கொடுமையால் வீதிகளில் முகத்தை சுளித்த வண்ணம் எல்லோர் முகங்களிலும் நெற்றிச் சுருக்கத்தைக் காணக்கூடியதாக இருந்தது.

புழுதி ஒரு பக்கம் மூக்கை துளைத்து தும்மிக் கொண்டிருக்க, ஆங்காங்கே தேங்கி நின்ற மழைநீர் புழுதியில் பிரண்டு சேற்றுக் குளங்களை ஏற்படுத்தியிருந்தது. புடவைக்கடைகளும் சுடிதார் கடைகளும் கரை முழுதும் இருக்கையில் யார் நடைபாதை பற்றியெல்லாம் கவலைப்பட்டது..? காணாததைக் கண்ட ஆவலுடன் தாண்டித் தாண்டி அவசரப்பட்டுக் கொண்டி ருந்தேன் நான். மாமா கொஞ்சம் அலுப்படித்த வண்ணம் வந்து எங்களுடன் இழுபட்டுக்கொண்டிருந்தார். அம்மா எப்பவும் உசார்தான்.

குளிரூட்டப்பட்ட கடைகளில் ஏறுவதும் பைகளை நிரப்பு வதுமாக நேரம் படு உற்சாகமாக ஓடிக் கொண்டிருந்தது.

இந்திய ரூபாயை நோர்வே குரோணர்களுக்கு மாற்றிப் பார்ப்பதும், மலிவு என்று என்று கணக்குப்போட்ட வண்ணம் தேவையில்லாதவற்றையும் அள்ளி போட்டு பைகளை நிரப்பு வதும், காசைக் கரைப்பதும் அப்பப்பா.... நன்றாகத்தான் இருந்தது. அடுத்த கடைக்கு மாறுவதற்குள் தெருவில் உள்ள பிச்சைக்காரர்கள் சூழ்ந்து கொள்வார்கள். ஏதோ பெரிய கொடை வள்ளல்கள் போல கடையில் கிடைத்த மீதிச் சில்லரைகளை அவர்களுக்குப் போட்டுவிட்டு, பின் அவர்களை மறந்து இன்னொரு புடவைக்கடையில் சொக்கிபோய் நிற்பதும் பெரும் உற்சாகமாகவே இருந்தது.

ஒவ்வொரு முறையும் கடையை விட்டு வெளியே வரும் போதும் அந்தப் பிச்சைக்காரர்கள் மீண்டும் கடைவாசலில் காத்திருப்பார்கள். இதைவிட்டால் எங்களுக்கு வேறு என்ன வேலை என்பது போல. சிலர் புதிதாகத் தெரிவார்கள். சிலர் எங்கோ இருந்து ஓடிவருவார்கள். பலரின் முகம் பலநாட் பழக்கத்தில் தெரிந்தவர்கள் முகம் ஆகிவிட்டிருந்தது. அவர்களும் சளைக்காமல் எம்மைத் துரத்தினார்கள். சிலர் "அக்கா எப்படி இருக்கீங்க அக்கா" என்று சுகம் கேட்கும் அளவு எங்களிடம் உறவு வளர்ந்திருந்தது.

அன்று எங்களுடன் நாங்கள் தங்கியிருக்கும் வீட்டுக்கார மாமாவும் வந்திருந்தார். அவரைப் பார்த்தால் காதல் படத்தில் வரும் சந்தியாவின் அப்பா போல இருப்பார். உடல் உருவம் மட்டுமல்ல அவருடைய கஞ்சி போட்ட வேஷ்டி சட்டை அப்படியே திசைக்கொரு பக்கம் குத்தி விரைத்து நிற்கும். நடையில் எப்போதும் ஒரு மிடுக்கு இருக்கும். அவருடைய பேச்சுத் தொனியும் மிகத் தெளிவாகவும், அதிகாரமாகவும் இருக்கும். அவரை எனக்கு நிறையப் பிடிக்கும். ஏனென்றால் அவருடைய தோற்றத்திற்குச் சம்பந்த மில்லாமல் எங்களுடனும் தன் குழந்தைகளுடனும் பேசும் போது ஒரு குழந்தையைப் போல மாறிவிடுவார். மகளுடன் சும்மா சும்மா வம்பு பண்ணி தேவைக்கதிகமாகவே சிரிப்பார். அன்று அவரும் எங்களுடன் சலிக்காமல் புடவை வேட்டையில் இறங்கியிருந்தார். வரும் வழியெல்லாம் பிச்சைக் காரர்களைத் திட்டியும் விரட்டியும் எங்களைச் சிலவேளைகளில் காப்பாற்றியும் வந்தது அவர்தான். பிச்சைக் காரர்களுக்குக் காசு போடுவது என்பது பிச்சைக் காரர்களை ஊக்குவிப்பது போன்றது என்ற கருத்து அவருக்கு. அவர்கள் ஏமாற்றுக்காரர்கள் என்பதில் மிகத் தெளிவாக இருந்தார். என்னை போன்ற வெளிநாட்டவர்கள் வந்து அவர்களை மேலும் கெடுப்பதாக குற்றம்சாட்டிக்கொண்டே வந்தார்.

ஒரு வழியாக அன்றைய எமது புடவை வேட்டை முடியும் நேரம் வந்தது. எங்காவது ஒரு பழச்சாற்றுடன் அன்றைய நாளை முடித்துக்கொள்ளலாமே என்று வாங்கிய எமது மூட்டைகளை 'நல்லி' கடை வாசலில் நின்ற ஒரு ஆட்டோவில் ஏற்றிக்கொண்டிருந்தோம்.

திடீரென யாரோ ஒருவர் என் கால்களை இறுக்கக் கட்டிப்பிடிக்கத் திகைத்துப்போயத் திரும்பினேன். ஒரு சிறுமி ஐந்து வயதிருக்கும். மண்ணிறக்கலரில் பூப்போட்ட சுருக்குப் பாவடை போட்டிருந்தாள். மேல் சட்டை இருக்க வேண்டிய இடத்தில் புழுதியும் தூசியும் ஒட்டிக்கொண்டிருந்தன. தலைமுடி சூப்பிய பனங்காய் போல அங்காங்கே ஒட்டிக் கொண்டிருந்தாலும் தோள் வரை வளர்ந்து மிக அழகாக சுருண்டு சுருண்டு இருந்தது. அவளுடைய நிறத்தை அவள் உடம்பில் ஒட்டிக்கிடந்த புழுதி குறைத்துக்காட்டியது. அவளுடைய வயதில் நோர்வேயில் எனக்கொரு மைத்துனி; இருந்தாள். மிக அழகாய் இருப்பாள். அவளுடைய முகச்சாயல் என்னைக் கட்டிகொண்ட அந்த பிச்சையெடுக்கப் பயிற்று விக்கப்பட்ட சிறுமியிலும் இருந்தது.

"அக்கா காசு தாங்காக்கா சாப்பாடு இல்லைக்கா" என்று சொல்லிக் கொண்டிருந்தாள். இத்தனையும் சில நொடிகளுக் குள் நடந்துவிட அவளை என் கையில் தூக்கிவிட்டேன். அந்த ஒரு நொடிக்குள் அதைக் கண்டுவிட்ட எங்கள் வீட்டுக்கார மாமா ஒரே தள்ளில் அந்த சிறுமியைப் பிடித்துத் தள்ளினார். இங்கே இதெல்லாம் சகஜம்தான் என்று அவர் நினைப்பதை அவர் தலையசைவை வைத்துத் தெரிந்து கொள்ள முடிந்தது. சட்டையில் உட்காரும் ஒரு ஈயை விரட்டுவது போல வெகு சாதாரணமாய் அவள் விரட்டப்பட்டாள். அவள் எங்கே விழுந்தாள் என்று திரும்பிப் பார்ப்பதற்குள் எங்களை ஆட்டோவின் உள்ளே இழுத்து அமர்த்திய உடனே 'போ' என்ற அவருடைய கண்அசைவில் எங்கள் ஆட்டோ புறப்பட்டது.

●

துன்பம் நேர்கையில்

மணி அடித்துக்கொண்டேஇருந்தது. சில அழைப்பு களுக்குப் பின் ஒரு கறார் குரல் அவசரமாய் எடுத்தது.

"ஹலோ"

"கண்ணன்! நான் மலர் கதைக்கிறேன். ம்..."

"சொல்லு.. ம்..."

"இரண்டரை மாசம் ஆகிட்டதால இண்டைக்கே வரட்டாம். நான் வேலைக்கு வரமாட்டேன் என்று சொல்லிட்டேன். நீங்க வேலையை அரைநாள் லீவு போட்டிட்டு மத்தியானம் போல வந்தீங்கன்டா, அபோஷன் முடிச்சு நானும் கண்முழிச்சிடுவேன் ப்

"ம். நாம்தான்... நீயாவது கொஞ்சம்... கவனமாக இருந்திருக்கலாம் தானே. ஏற்கனவே அங்க நோ இங்க நோ எண்டு நாரியைப்பிடிச்சுக்கொண்டு திரியிறாய்..."

"பிள்ளைகளும் வளந்திட்டினம்...வருசம் பிறந்ததும் அதுவும், மனசே சரியில்லை, இரண்டோட மூன்றா பெத்து வளப்பமே"

"ச்சீ அதெல்லாம் அண்டைக்கே கதச்சு முடிவெடுத்தாச் செல்லா? இப்ப புதுசா ஒரு பிரச்சனையை கிளப்பாத. இப்பவே மனுசன் செத்துப் பிளச்சுக் கொண்டிருக்கிறான்...நீ போ. நான் இரண்டு மணி போல வாறன்.''

உலகத்தில் உள்ள அழுக்கெல்லாம் அவள்மேல் படிந்திருந்தது போல குளித்தாள். இரண்டு பிள்ளைகள் போதும் என்று இருவருமாய்த்தான் முடிவெடுத்தனர். இது மூன்றாவது. இரண்டு பிள்ளைகள் போதும் என்று முடிவெடுத்ததற்குப் பதிலா இரண்டு கருக்கலைப்புக் காணும் என்று முடிவெடுத் திருந்தால் இதைப் பற்றி யோசிக்கலாம். கண்ணனிடம் இதைப் பற்றி விளக்குவது அவளுக்குக் கடினமாகவே பட்டது? அவள் விம்மியழுத கண்ணீர், குளித்த நீருடன் கலந்து கொண்டது.

வாழ்க்கை, குழந்தை, சந்தோசங்கள், பிரச்சனைகள் பற்றிய விளக்கங்களும் அளவுகோல்களும் அவனைப் பொறுத்தரை வேறு. தன்னைத் தான் அவள் மாற்றியாக வேண்டும். இதுதானே வழமை. அனாவசியமாக அவனுடன் மல்லுக்கு நிற்பதையேனும் தவிர்க்கலாம். யதார்த்தங்களைக் கூட சுமையென்று கூறுபவன். அவனது குத்தல்களுக்கு மருத்துவமனைக் கத்திகள் பரவாயில்லை என்றது மனம்.

மருத்துவமனைப்பேருந்து தரிப்பிடம்.

வசந்தம் விடைபெற்று குளிர்காலத்தின் முதல் பனி சாலை நெடுக கொட்டிக்கிடந்தது. என்னைச் சுற்றிய உலகம் முழுதும் வயிற்றைத் துளைக்கும் குளிர். தேசமெங்கும் காற்றின் ஊடுருவலோடு தூரக் கேட்டது இலையுதிர்ந்த கிளைகளில் பறவையொலிகள். அதோ பெரிய மருத்துவமனை. எத்தனை முறை வந்தாயிற்று. பெற இரண்டு. கலைக்க இரண்டு. இது மூன்றாவது.

ஓட்டமும் நடையுமாக மருத்துவமனைக்குள் நுழைந்தாள். அந்த இடமே ஒரு மயானம் போலதான் இருந்தது. மூன்றாவது முறையாக ஒரு உயிர்க்கொலை. என்னதான் சட்ட பூர்வ மானதென்றாலும் கொல்வது இல்லை யென்றாகிவிடுமா?

விண்ணப்பப்படிவம் நிரப்ப வேண்டும். இதெல்லாம் பழுக் கப்பட்ட, இல்லை பாடமாக்கப்பட்ட விடயம்தானே! கைகள் தானாகவே அனைத்தையும் நிரப்பி முடித்தன. என்ன எத்தனையாவது முறை என்ற இடத்தில் மூன்று என்று மட்டும் மாற்றவேண்டும். இதைப்படிக்கும் இந்த நர்ஸ்மார்கள் என்ன நினைப்பார்கள் என்று ஒரு முறை மனம் சஞ்சலப்பட்டது.

இந்த கசப்பான நேரங்களுக்கும் பெண்ணுகள் தானே முகம் கொடுக்க வேண்டியிருக்கிறது. எங்கள் சமூக அமைப்பில்தான் இப்படியோ. இன்றைக்கேனும் கண்ணன் முழுநாள்விடுப்பு எடுத்திருக்கலாம். என்னை அணைத்தபடி இந்த விண்ணப்பப் படிவத்தையாவது நிரப்பித் தந்திருக்கலாம்.

அவள் கண்முன்னே எல்லா ஏற்பாடுகளும்... கத்தி, கத்தரி இன்னும் பெயர் தெரியாத ஆயுதங்கள். மயக்கம் தருவதாய் சொல்லி அவளை மயக்க மருந்தை சுவாசிக்கச் சொன்னார்கள். வெள்ளை நிறத்தில் பெரிதான வட்டம் ஒன்று சீராக வளைந்து வளைந்து சின்னதாகிப் போய் மறைந்து...அவளைச் சுற்றி மயான இருட்டாகிப் போனது.

சாத்தான் மரத்தின் மீதிருந்து பாடிக்கொண்டிருந்தான். எங்கும் சிவப்பு மயம். சாத்தான் மட்டும் கடும் கறுப்பு கழுத்தில் சாண்டில்யன் கதைகளில் வரும் கபாலீகர்கள் அணியும் மண்டையோடுகள். மஞ்சள் பற்களுக்கிடையில் ஏதோ குரல். எங்கே குழந்தை? பசிக்கிறது என்பது தெளி வில்லாமல் கேட்டது. பருத்த மரத்தின் இலைகள் ராட்சத கிளைகளிலிருந்து கலைந்து கொண்டிருந்தன. அவளை நோக்கியல்லவா வருகின்றன. ஓடவேண்டுமே.. சிரிப்புச் சத்தம் அதுவும் அவளை நோக்கித்தான் வருகின்றன. சாத்தானின் கூரிய நகங்கள் அவள் வயிற்றை நோக்கி நீள்கிறது. வயிறு பிளவுபடுகிறது. அவள் இறந்துகொண்டிருக்கிறாள். அவள் கருப்பை நசுக்கப் படுகிறது. பிழிந்த இரத்தம் சிவப்பாய் ஓடுகிறது. சின்ன சிசுக்கள் துடிக்கின்றனவே. வேண்டாம், அதை ஒன்றும் செய்யாதீர்கள். ஏன் அவளது குரல் கேட்க வில்லை? அவள் இறந்து விட்டாளா? இது பேய்களின் நகரமா? பாட்டி சொல்வாளே அந்த நரகமா? இதோ சின்னதாய் ஒரு வெளிச்சம். அவள் கண்கள் திறவுபடு கின்றனவே....

தனித்து அறையொன்றில் படுத்தப்பட்டிருந்தாள். சீரில்லாத சுவாசம் சூடாயிருந்தது. கனமான கண்ணிமைகள் மீண்டும் மூடிக்கொண்டன. உடல் ஓய்ந்திருந்தது. கைகள் ஒருபுறமாய் கண்கள் மறுபுறமாய் ஆதரவாய் தேடியது. கண்ணன் இன்னும் வரவில்லை. அவள மனஞ்சிலிருந்து வயிறுவரை வருடிவிட ஒரு கைவேண்டும் போல தாகம் எடுத்தது. நர்ஸ் ஓடி வந்தாள். ஏதாவது வேண்டுமா என்று கனிவாகக் கேட்டாள். கேட்டதுமே ஒரு தொலைபேசி தந்தாள். கூடவே கொஞ்சம் தண்ணீர் தட்டில் உணவு. அதே புன்னகையுடன் கதவைச் சாத்திச் சென்றாள்.

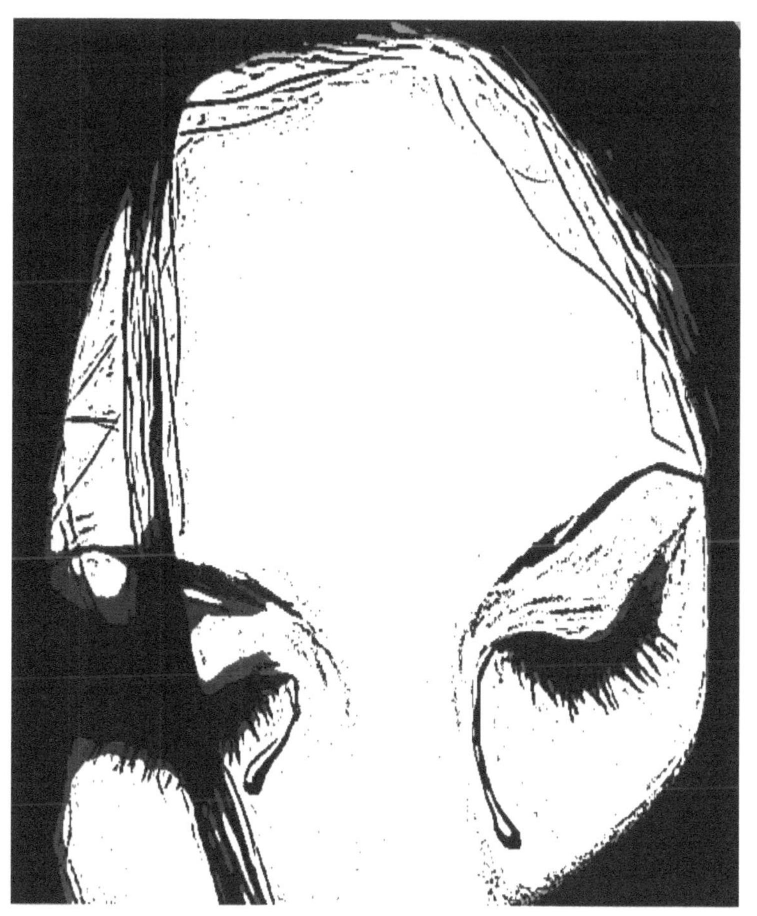

"கண்ணன் எங்கே நிக்கிறீங்க?"

"வாரன் பொறு. கார் ஓடிக்கொண்டிருக்கிறன். வை."

மனம் தவித்துக்கொண்டேயிருந்தது. அரைமணி நேரம் காத்திருப்பிற்குப் பின் கண்ணன் உள்ளே வந்தார்.

"உனக்கு கொஞ்சம் கூட பொறுமை என்ற சாமான் இல்லை மலர். எத்தனை தரம் சொன்னனான் கார் ஓடெக்க டெலிபோன் எடுக்காத என்டு. பிடிச்சா இப்ப ஐநூறு தெரியும்தானே. சரி என்னவாம் டொக்டர். நாளைக்கு வேலைக்குப் போகலாமாமே? இல்லாட்டி லீவு கேட்டு வாங்கு. செரியா. இன்றைக்கு ஓவர் டைம் வந்திருக்கு. உன்னை வீட்டை விட்டுட்டு உடன போகவேணும்."

ஏதோ ஏமாற்றம் மனதில் தோன்றியதானாலும் அது வாய் வழியே வலுவிழுந்த புன்னகையாய்த்தான் வந்தது. பாரதிதாசன் பாடலொன்றை மெலிதான சத்தத்தில் ' துன்பம் நேர்கையில் யாழ் எடுத்து நீ...' மனசு மீட்டிக்கொண்டது. கிளம்பினோம்.

"எத்தனை தரம்தான் கண்ணன் இப்படி வந்து படுக்கிறது. பேசாம கருத்தடை செய்தா என்ன என்று யோசிக்கிறன். டொக்டர் பொம்பிளைகளுக்கு எதோ கருப்பையை எடுக்கிறதாம். கிட்டத்தட்ட ஒரு அங்கத்தை எடுக்கிற

மாதிரியாம். ஆம்பிளையளுக்கென்டா என்னவோ சொன்னவா. ஆனா ஆம்பிளையளுக்குச் செய்யிறதென்டா பெரியா கஷ்டமில்லையாம். என்ன சொல்லுறீங்க?''

"உனக்கென்ன விசரே... கொஞ்சம் கவனமா இருக்கிறத விட்டுட்டு. என்ன கதைக்கிற. இதால என்னென்ன பாதிப்பு வருமோ யாருக்குத் தெரியும். வீட்டை போய் நல்லா ஓய்வெடு. நான் வந்து எல்லாம் செய்யறென். இருக்கிறத போட்டுச் சாப்பிடு. எனக்கு வைக்க வேணும் என்டு இல்ல. சரியா மலர், கருத்தடை செய்துதான் ஆக வேணும் என்டா அதையும் நீயே போய் செய்துகொள். எனக்கு அதில ஒரு பிரச்சனையுமில்லை. நான்தானே உன்னுடைய முடிவுகளில தலைப்போடுறேல்ல. இந்த காலத்தில இப்படி ஒரு புருசன் கிடைக்க குடுத்து வைச்சிருக்கவேணுமடி... குடுத்து வைச்சிருக்க வேணும்.''

கார் கதவைத் திறந்தாள். மெல்ல அவள் முகம் திருப்பி இதழில் முத்தம் பதித்து விடைபெற்றான்.

வெளியிலும் இருட்டிப்போயிருந்தது.

●

பயணம்

பாஹ்ரின் நகரத்திலிருந்து கொழும்பு நோக்கி பறந்து கொண்டிருந்தது விமானம். என்னைப்பொறுத்த வரை ஊர்ந்து கொண்டிருந்தது. என்னதான் விடுமுறை, சுற்றுபயணம் என்று மனம் துள்ளிக்குதித்தாலும், விமானத்தில் கால் மடிக்கவும் முடியாமல் நீட்டவும் முடியாமல் பல மணிநேரம் என்ன செய்வதென்று தெரியாமல் அமர்ந்திருக்கும் அவஸ்தை நரக வேதனை. தூக்கம் வரும் தூங்க முடியாது, சாப்பாடு இருக்கும் சாப்பிட முடியாது, திரும்ப முடியாது, எழும்ப முடியாது என்று இம்சை பட்டுக்கொண்டிருக்க பல மணி நேரம் இருக்கும். என்னுடன் வந்தவர்களைப் பக்கத்தில் திரும்பிப் பார்த்தால் நட்சத்திர விடுதியில் அறை எடுத்து படுத்திருப்பது போல அப்படி ஓர் உறக்கம். வந்த வயித்தெரிச்சலைக் கட்டுப்படுத்திக் கொண்டு கையில் வைத்திருந்த புத்தகமும் படித்தாயிற்று. கையில் வைத்திருந்த புத்தகம் மட்டுமல்ல விமானத்தில் கிடைத்த விளம்பரப் புத்தகத்தில் இருந்து அங்கே கிடந்த சின்ன அட்டைகள் வரை மேய்ந்தாயிற்று. இனி?

விமானத்தின் கண்ணாடிச் சாளரத்தினூடே எட்டிப் பார்த்தேன். ஒரே இருட்டு. ஐயோ! என்று கத்த வேண்டும் போல் இருந்தது.

"சும்மா கையை வச்சிட்டு கொஞ்ச நேரம் இருங்க" என்று கொழும்புத் தமிழில் ஒரு பெண் குரல் எனக்கு பின் சீட்டில் கொஞ்சிக்கொண்டிருந்தது.

"ஏன்டி? எவ்வளவு நாளைக்கப்புறம் என் பக்கத்தில இருக்கிற. எனக்கு எவ்வளவு சந்தோசமா இருக்கு தெரியுமா?" அவள் பக்கத்தில் இருந்தவன் குரலிலேயே கொஞ்சிக் கொண்டிருந்தான்.

"இத பாருங்க.. அங்க கொழும்புல வந்து அங்க வா இங்க வா என்னு எல்லாம் கூப்பிடப்படாது. தனியா எல்லாம் வரமுடியாது. ஆமா"

"இத எத்தனை தரன்டி சொல்லுவ? அம்மாகிட்ட அழுத்தமா சொல்லிடு, என்னை தான் கட்டுவேன்னு. இனிமே தாங்காதுப்பா. தோடு புதுசா இருக்கு. இந்த ராத்திரில நிலா மாதிரி இருக்கெடி"

எனக்கு அப்பாடி பொழுது போயிடும் என்ற நம்பிக்கை கொஞ்சம் தலை தூக்கியது. அத்தோடு என்னமா புளுகிறான். நமக்குதானே தெரியும்! இந்த நிலாவெல்லாம் கல்யாணம் ஆகி ரெண்டே வருசத்தில எப்படி அமாவாசையாகும் என்று.

விமானத்தில் இத்தனை பேர் இருக்கிறார்களே கொஞ்சம் மெதுவாய் பேசுவோமே என்ற எண்ணமே இல்லாமல் அவர்கள் விமானத்தை விட்டிறங்கி ஆகாயத்தில் முகில் களிடையே பறந்து கொண்டிருக்கும் நினைவில் இருந்தார்கள். திரும்பி அந்த ஜோடியை இருக்கைகளின் ஊடாகப் பார்க்க வேண்டும் போல் இருந்தது. இங்கிதமில்லையோ என்று மறுபக்க மூளை சொல்ல மீதி சம்பாசனையையும் கேட்க லானேன். சத்தியமா ஒட்டு எல்லாம் கேட்கவில்லை. அவங்க அப்படி ஒன்றும் ஒழிச்சு பேசலையே. ஏதோ எனக்கு கதை சொல்வது மாதிரியே இருந்தது. எனது மகன் பக்கத்து இருக்கையில் இருந்து அலுப்படித்துக் கொண்டிருந்தவனுக்கு இந்தப் பேச்சு கேட்டிருக்க வேண்டும். தமிழ் அவ்வளவு விளங்கிக்கொள்ள முடியாதாதலால் என்ன சொல்கிறார்கள் என்று நோர்வேஜிய மொழியில் என்னை நச்சரித்துக் கொண்டிருந்தான். ஒருமுறை சொல்லிப் பார்த்தும் அவன் கேட்டபாடில்லை.

"சும்மா பொய் எல்லாம் சொல்லாதிங்க. பத்து நாள் லீவுதானே திருப்பி துபாய்க்கு வரத்தானே வேணும். அப்புறம் என்ன?"

"கட்டினா உன்னைத்தான் கட்டுறதுன்னு உன்னைப் பார்த்த உடனே முடிவு பண்ணிடேன்டி. ஐஞ்சு வருசமாச்சு. இன்னும் எப்படி நீ மட்டும் அப்படியே இருக்கே. ரதி மாதிரியே இருக்கேடி. உன் கையை குடேன்"

"ம்"

"உன் கையை இப்படி புடிச்சுக்கிட்டே வாழ்க்கை முழுதுக் கும் பறக்கணும் போல இருக்கு. என் கூட இப்படியே இருப்பியா?"

"இப்ப எதுக்கு இப்படி எல்லாம் கேக்கிறீங்க. எங்கே போகப் போறன்."

"நான் குடுத்து வைச்சவன். கொழும்புல உனக்கு என்ன வேணும் சொல்லு. நான் உனக்கு ஏதாவது வாங்கி தரணும்."

"உங்களுக்கு புடிச்ச எதுனாலும் எனக்கு ஓகே. உங்க அன்பு தாங்க முக்கியம்."

எனக்கு வயித்தெரிச்சலைக் கிளப்புறதிற்கென்றே வந்து வசதியா பின் சீட்ல உட்காந்திருக்காங்க போல. பஞ்சும் நெருப்பும் என்று பெரிசுங்க சொல்லுவாங்களே அந்த நிலையில அவங்க ரெண்டு பேரும் பின் சீட்டில இருக்க, புகை என் வயிற்றில் இருந்து வந்து கொண்டிருந்தது.

எனது மகனுக்கு அவர்கள் எதோ வாங்கிக் கொடுக் கப்போகிறார்கள் என்பது மட்டும் புரிந்திருக்க வேண்டும். "என்னம்மா வாங்கப் போகினம்?" என்று என்னைக் கேட்டுக் கொண்டிருந்தான். இவன் பேசுவது அவர்களுக்குக் கேட்டுவிடக் கூடாதே என்று அவனைப் பேசக் கூடாது என்று மிரட்டிக் கொண்டிருக்க வேண்டி இருந்தது.

தமிழ்ப் படம் ஏதாவது இருக்கா என்று எனக்கு முன் இருந்த குட்டிப் படப்பெட்டியை துழாவினால். கௌதம் மேனனின் 'விண்ணைத்தாண்டி வருவாயா' படம் ஓடிக்கொண்டிருந்தது. பார்த்த படத்தை பார்ப்பதற்கு பின் இருக்கை ஜோடிகளே பரவாயில்லை.

"உன்னைப் பார்த்தா எனக்கு ஒரே கவிதையா வருது."

அடங்கமாட்டேன்றானே என்று நினைத்துகொண்டது என் எரிஞ்ச மனசு.

"சரி, சொல்ல வேண்டியதுதானே"

"வேணா, விடு"

"உன்னைப் பார்த்ததுக்கப்புறம் வேற பொண்ணுங்களையே பார்க்கப் பிடிக்கலடி"

ஆமா கல்யாணத்துக்கப்புறம் மத்தபொண்ணுங்களை மட்டும்தானே பிடிக்க போவுது. நல்லாவே பேசுறானுங்க. இதெல்லாம் நாம ஏற்கனவே கேட்டுருக்கோம்ல. எல்லாருமே இப்படி தான் இருப்பாங்களா?

"நாம ரெண்டுபெரும் சேர்ந்து எடுத்த போட்டோ நம்மகிட்ட ஒன்னுமில்ல இல்ல. முதல்ல ஒன்று எடுத்துக்கனும். பர்சில வைச்ச அப்பப்ப உன்னைப் பார்த்துக்கலாம்."

"நீங்க முதல்ல கொஞ்சம் தள்ளி உட்காருங்க. கையை விடுங்க. இன்னும் பத்து நிமிசத்தில லாண்ட் பண்ணிடுவோம்"

ஆஹா வந்தது சேர்ந்திட்டமா. ஜன்னல் பக்கம் எட்டிப் பார்த்தேன். அழகான இலங்கைத்தீவின் கடலோரப் பகுதி

சொர்க்கம் போல இருந்தது. கையில் புகைப்படக் கருவி இல்லையே. இருக்கையின் மேல் தட்டில் வைத்த ஞாபகம் வர. என்னுடைய ஆளை பார்த்துக் கேட்டேன்.

"இங்க! அப்படியே மேல இருக்கிற கமராவை ஒருக்கா எடுத்துத் தாறிங்களே?"

"இப்ப எதுக்கு? முக்கியமா இப்ப இது?" என்று ஒரு ஓரப்பார்வையுடன், கல்யாணம் ஆகி பத்து வருடங்கள் ஆகிப்போனதையும் நினைவுபடுத்திய வண்ணம் கண்களை மூடிக்கொண்டு மீண்டும் தியான நிலைக்குள் போக... எனது மகன் என் கைகளைப் பிடித்துக்கொண்டு கேட்டான்.

"பின்னுக்கு இருக்கிற அம்மா அப்பாவும் உங்கள மாதிரி சண்டையா அம்மா பிடிக்கினம்"

மனது வலித்தது. உதட்டோரம் சிரித்துக்கொண்டேன், இறங்குமுன் அந்த பின் இருக்கை ஜோடியைப் பார்த்துவிட வேண்டும் என்பதையும் நினைவில் வைத்த வண்ணம் இலங்கைத் தீவை ஆவலாய் பார்க்கத் துவங்கினேன். கடல லைகள் கரையைத் தொட்டுத் தொட்டு மோதுவது தேன் துளியொத்த என் தேசத்தில் காதல் கொண்ட கடல்வண்டுகள் ஆர்ப்பரிப்பது போன்ற அழகினை உணர்ந்தேன். அத்தனை அழகு!

●

கதறலின் வாடை

(நோர்வேஜிய மொழிபெயர்ப்புக் கதை. எழுதியவர் விபரம்
கிடைக்கவில்லை)

சுவரில் மோதி மோதி ஓடிய குட்டி சிவப்பு விளை
யாட்டுக் காரைப் பார்த்துக் கொண்டிருந்தாள்
லீனா. அறைமுழுதும் இறைந்துகிடந்த பொருட்
களையெல்லாம் அடுக்கி வைக்கவில்லை என கத்திவிட்டு
போய்க் கொண்டிருந்தாள் அம்மா. அவளது நடையில்
ஒரு மிடுக்கிருக்கும். அதுவும் இரண்டு நாட்களுக்கு முன்
வாங்கிய உடலோடு ஒட்டியபடி நிற்கும் செம்மஞ்சள்
நிறச் சட்டையை போட்டுக்கொண்டு அலைந்து
கொண்டிருந்தாள்.

பாட்டுப்பெட்டி சமையலறையில் அலறிக்கொண்டே
இருந்தது. எனது அம்மாவும் அப்பாவும் ஒள்ளியொள்ய
மான தம்பதி என பலரும் சொல்லக் கேள்விப்பட்டிருக்
கின்றேன். சமூக அந்தஸ்தும் வருமானமும் உள்ள
தொழில் அப்பாவிற்கு. அதனாலேயே ஊரில் அந்தஸ்தும்
அம்மாவிற்குப் பெருமையும் உண்டு. அம்மாவும் எங்கள்
ஊரில் அந்தஸ்து உள்ள ஒரு பெண்ணாகவே இருந்தார்.

அவர் அணியும் உடைகள், ஆபரணங்கள் அனைத்தும் விலை மதிப்பு மிக்கதாய் இருந்தது. அப்பா வேலை விட்டு வந்து விட்டார். எங்கள் சத்தத்தைக் கேட்டுவிட்டு நேரே எங்களிடம் வந்தார். அப்பா வந்தால் ஒரே விளையாட்டுத்தான். மேல் அங்கியைக் கூடக் கழட்டாமல் வந்துவிட்டார். இப்படித்தான் எனது குழந்தைப்பருவம் மிக அழகாக இருந்தது.

எங்கள் வீடும் மிகப் பெரியது. அப்பா அளவுக்கதிகமாகவே உழைத்ததால் அம்மா வீட்டோடு மனைவியாகவே இருந்தாள். வீட்டில் கூட தரமான ஆடைகளுடனே வளைய வருவாள் அம்மா. வீட்டிலும் விலைமதிப்புயந்த பொருட்களை வாங்குவதில் அம்மா மிகவும் ஆர்வமாக இருப்பாள். பொருட்கள் என்பது அம்மாவிற்கு வாழ்க்கையில் மிக முக்கிய மானதாக இருந்தது. வீடு எப்பொழுதும் ஆடம்பரமான பொருட்களையுடையதாகவே இருக்கும். எனது சிறு பிராயத்து தோழி லீனாவுடன் தான் எனது அனேக பொழுதுகள் கழியும். அப்பாவும் கூடவந்து சுவரில் கார் மோதாமல் ஓட்டச் சொல்லிக்கொடுத்தார்.

லீனா வீடு எங்கள் வீட்டைப்போல வசதியானது அல்ல. என் அப்பாவைப் போல லீனாவின் அப்பாவிடம் உயர்ந்த ஊதியம் இருக்கவில்லை. எங்கள் இரு வீட்டையும் ஒப்பிட்டுப் பார்த்தால் பல ஏற்றத் தாழ்வுகள் எம்மிடையே காணக் கூடியதாக இருந்தது. லீனாவுடைய அம்மா எப்போதும் ஒரு நோயாளியைப் போலவே இருப்பார்.

இப்போது பின்னோக்கிப் பார்க்கையில் அவர் மனநிலை பாதிப்பிற்குள்ளாகி இருக்கிறார் என்று புரிகிறது. லீனா வுடைய அப்பா அமைதியும் கவனமும் நிறைந்த மனிதர். என்னோடு பேசும் போதும் மிக அமைதியாகவும், கவனமாக வும், குறைவாகவுமே பேசுவார். எனது அப்பாவினோடும் எனது குடும்ப அந்தஸ்தோடும் ஒப்பிட்டுப் பாடத்து தன்னை ஒரு தூரத்திலேயே வைத்துக்கொண்டிருந்தார். அப்பா இன்றும் இரு புது விளையாட்டுப் பொருள் கொண்டு வந்திருந்தார். ஒன்றை லீனா ஆசையாகப் பெற்றுக்கொண்டாள். காற்றில் கலைந்த முடியை பெருமையாக சரிசெய்து கொண்டேன்.

எனது சினேகிதி பல நேரங்களிலும் எனது வீட்டிலேயே இருப்பாள். எங்கள் வீட்டிலும் அவளுடைய வருகை மகிழ்ச்சி கரமாகவே ஏற்றுக்கொள்ளப்பட்டது. அப்பாவும் லீனா என்றால் மிக பிரியமாக இருப்பார். எங்களுடன் விளையாடு

வதிலும், பேசுவதிலும் மிகுந்த அக்கறையோடு செயற்படுவார். லீனா பலமுறை எனது அப்பாவையும் எங்கள் குடும்பத்தையும் பார்த்து கொஞ்சம் பொறாமையாக இருப்பதாகச் சொல்லியிருக் கிறாள். லீனா எங்கள் வீட்டிற்கு வந்து போகும் நாட்களில் என்ன வேலையிருந்தாலும் எல்லாவற்றையும் ஒதுக்கி வைத்து விட்டு அப்பா அவளை தனது காரில் கொண்டுபோய் இறக்கி விடுவது வழமை. அவர்களது வீட்டில் இப்போது வாகன வசதியெல்லாம் இல்லை. எனது அப்பாவோ இரண்டு கார்கள் வைத்திருந்தார். அதில் கரும் பச்சை நிறவாகனம் பெரியது. அதில்தான் லீனாவை எப்போதும் ஏற்றிச் செல்வார். பாதுகாப் பாக அப்பா எனது சிநேகிதியைக் கொண்டு போய்விடுவதால் இரு வீட்டிலும் அவருக்கு மிகுந்த மரியாதை இருந்தது. நாங்கள் கொஞ்சம் பெரியவர்களானாலும் அப்பாவே அவளைத் தொடர்ந்து தனது காரில் கொண்டுபோய் வருவது வழமையாக இருந்தது. அத்துடன் அவருடைய பிற வெளிவேலைளும் பார்த்துவருவதாக சென்றுவிடுவார். பல நேரங்களில் தாமதமாகவே வீடு வருவார்.

எனது 12வது வயதின் பிறந்தநாளை நண்பர்களுடனும் குடும்பத்தினருடன் கொண்டாட ஏற்பாடுகள் நடந்தன. வழமையாக தனது அந்தஸ்துக்கும் தகுதிக்கும் ஏற்ப அமர்க்களமாக அம்மா ஏற்பாடு செய்திருந்தார். லீனாவும் என் அம்மா வாங்கிக் கொடுத்த நீல நிற சட்டைபோட்டு கொண்டு வந்திருந்தாள். இந்த பிறந்த தினத்திற்கு பின்னரான நாட்களில் எனது சிநேகிதியிடம் பல மாற்றங்கள் வர தொடங்கின. என்னுடன் ஆவலாக எனது வீட்டிற்கு வரும் சிநேகிதி என்னைக் கண்டதும் வேறு திசையில் செல்ல ஆரம்பித்தாள். என்னுடன் பேசுவதையும், பழகுவதையும் தவிர்க்கத் தொடங்கிளாள். அவை எனக்கு மன வேதனையை அளித்தாலும் பலநாள் முயற்சிகளின் பின் நானும் அவளிடம் இருந்து மனவலியுடன் ஒதுங்கிக்கொண்டேன்.

அது ஒரு இலையுதிர்காலம். வீட்டுக் கூரையோடு ஒட்டி நின்ற மரம் தனது இலைகள் எல்லாவற்றையும் கொட்டி விட்டு நிர்வாணமாக நின்றது. இலையுதிர்காலத்தின் கொட்டிய இலைகளின் அழுகிய ஈரவாடை மணத்தது. தெருவில் நாயின் மூத்திரமும், மழையின் பின்னரான மண்மணமும், நசிந்த மண்புழுக்களின் கெட்ட நாற்றமும் தினமும் வீசிய காலம் அது.

அவளுக்கு புதிய சினேகிதர்கள் கிடைத்தனர். அவர்க ளோடே எப்பொழுதும் என்னைத் தவிர்த்து சுற்றிக் கொண்டிருந்தது எனது கோபத்தையும், ஏன் இப்படி நடக் கின்றது என்று அறிந்துகொள்ளமுடியாத இயலாமையையும் என்னுள் வளர்த்தது. பாடசாலை முடிந்ததும் எங்கள் வீடு தாண்டித்தான் அவள் வீட்டிற்குச் செல்ல வேண்டும். அதை தவிர்ப்பதற்காகவே வேறு சுற்றுப் பாதைகளை கண்டுபிடித்து அவள் வீடு செல்லத் தொடங்கினாள் என்பதையும் அறிந்து கொண்டேன். இலைகள் சிந்திய பாதையில் இப்போது நான் மட்டும் தனியாக வீடுவர நேர்ந்தது. எனக்கு பிறநண்பர்களைத் தேடிக்கொள்ள விருப்பில்லாமல் இருந்தது.

இவை நடந்து கொண்டிருந்த அதே காலப்பொழுதின் ஒருநாள் இரவில் எனது அப்பாவும் எங்களது வீட்டை விட்டு அமைதியாக வெளியேறினார். அன்று பலத்த மழை. எதும் பேசாமல் ஒரு பெட்டியுடன் மட்டும் என்னிடம் சொல்லிக் கொள்ளாமல் என்னைத் திரும்பிக்கூட பார்க்கத் தோன்றாமல் படிகளில் தடதட என்று இறங்கிச்சென்றது இன்னும் என் கண்முன் தெரிகிறது. அவர் தனது சிறிய காரைத்தான் கொண்டு போனார். திடீர் என்று எனது நெருங்கிய உறவுகள் இருவரை இழக்க நேர்ந்த பேரதிர்ச்சியில் எனது உலகம் உறைந்து போனது. இது பற்றி அம்மா அதிகம் என்னுடன் பேச விரும்பவில்லை. ஏதும் நடக்காதது போலவும் இது ஒரு சாதாரணமாக நடக்கும் சம்பவம் போலவும் அம்மா காட்டிக் கொண்டது கோபத்தின் அதிர்வுகளை என்னுள் ஏற்படுத்தியது. அப்பாவிற்கு குடும்ப வாழ்வில் நாட்டமில்லை, அதனால் தனியே வாழ ஆசைப்படுகிறார், அதற்கு நாம் தடையாக இருக்கக் கூடாது என அம்மா சொன்னதோடு வேறு விளக்கம் இல்லாதது போலவே காட்டிக்கொண்டாள். அவர் வேறு ஒரு பெண்ணைத் தேடிக்கொண்டிருக்க வேண்டும் என்று நான் சந்தேகப்பட்டேன். அதைப்போலவே சில மாதங்கள் கழித்து வேறு ஒரு பெண்ணை மணந்து கொண்டார் என்ற இரகசியத் தகவல் எனக்குக் கிடைத்தது.

அவருடன் தொடர்பு கொள்வதற்கு நான் பல முறை முயற்சித்தும் அனைத்தும் தோல்வியிலே முடிந்தன. என்னுடைய கோபம் அவர்மீது அதிகமானது என்றாலும் எனது கோபம் முழுதும் என் அம்மா மீதே அதிகமாக பாய்ந்தது. என்னை நெருங்கியவர்கள் என்னிடம் எதுவும் சொல்லாமல் என்னை விட்டு விலகியதில் இருந்து எனது கோபம் எல்லார் மீதும

பாயத்தொடங்கியது. வலி நிறைந்த அனுபவமான எனது இளம் பருவம் மாறிப்போனது இந்தக் காலத்திற்றான். எனது சினேகிதியும் சில மாதங்களில் வீடு மாறி இடம் பெயர்ந்து தூரப் போய்விட்டதறிந்தேன். இளம் பருவத்தில் எனது அருகில் இருந்த எனது அம்மாவின் மீதே எனது கோபங்கள் பற்றிக் கொண்டன. அவருடைய பேச்சை மீறுவதில் உள்ள சுகம் அலாதியானது. வேண்டுமென்றே கதவுகளை அறைந்து சாத்துவது, சாமங்களில் தாமதமாக வீடு வருவது, எதற்க்கும் எதிர்த்து பேசுவது, காரணமின்றிக் கத்துவது என்று எனது குணங்கள் அசுரவேகத்தில் மாறத்தொடங்கின. அப்பா என்னைவிட்டுச் சென்றது கூட அம்மா செய்துவிட்டதொரு தவறினாற்றான் என்று நம்பத் தொடங்கினேன். எனக்குப் பிடிக்காத மண்புழுவின் வாசனை வீட்டிற்குள்ளும் வீசத் தொடங்கியது.

அப்பா வீட்டை விட்டுப் போனதற்கு அம்மாதான் காரணம் என்று அவளை அசிங்கமாகத் திட்டுவது நாளாந்த விடய மாகிப் போனது. அம்மாவின் முகத்தில் முழிப்பதையே தவிர்க்கத் தொடங்கின எனது காலைகள். இருந்தும் அம்மா, அப்பாவைப் பற்றி எந்த அவதூறும் கூறாமலேயே என்னைக் கடந்து சென்றாள். அப்பாவைப் பற்றி பெரிதாக அலட்டிக்கொள்ளாதது என்னை மேலும் மேலும் சினமாக்கிக் கொண்டிருந்த காலம் அது.

விபரம் அறியாத வயதில் என்னால் எதையும் சரிவரப் தெரிந்து கொள்ள முடியவில்லை. ஆனால் வேலை ஏதும் செய்யாமலே அம்மாவிற்கு போதுமான அளவு பணம் வந்தது எப்படி என்ற கேள்வி என்னுள் எழுந்து கொண்டே இருந்தது. அதே போல அந்தஸ்தைக் காட்டும் ஆடைகள் ஆபரணங்கள், பொருட்கள் என வீட்டில் பணம் புழங்கியது. தாராளமாகவே செலவு செய்யும் அளவு பணமும் அதே வாழ்க்கை வசதியும் அப்பா சென்ற பிறகு எங்களிடம் இருந்து கொண்டே இருந்தது. தொடர்ந்தும் நாம் இருவரும் அதே பெரிய வீட்டிலேயே வசித்தோம். அப்பா இல்லாமல் இது எப்படி சாத்தியம் என்ற கேள்விகளுக்கும் நான் அம்மாவையே குற்றவாளியாக்கினேன். அவரைரத் தவறானவர், தரங் கெட்டவர் எல்லாரும் தவறான வழிகளில் பணம் சம்பாதிப்பதால்தான் அப்பா போய்விட்டார் என்றும் அவரை துன்புறுத்தினேன். அவர் எதற்கும் பதில் அளிக்கவில்லை. அப்பாவைப் பற்றி எந்த நிலையிலும் மூச்சு விடவில்லை. ஆழ்ந்த மௌனம் அவரிடம் நிரந்தரமாய் குடிகொண்டது.

பல காலங்கள் கடந்தும் அப்பாவின் மீதான மரியாதையும், அன்பும் எனக்குள் இருந்தது. எப்போதும் எங்களுடன் விளையாட்டுத்தனத்துடன் பழகும் அப்பா திடீரென போனது என் அம்மா செய்த ஏதோ தவறால்தான் என்பது எனது மாற்றமுடியாத கருத்து.

இப்போது எனக்கு நாற்பது வயது. எனது அப்பா இறந்து விட்டதாக செய்தி வந்தது. அம்மா என்னை அழைத்து அப்பாவின் இறுதிச்சடங்கிற்குப் போய்வருமாறு அமைதியுடன் பணித்தாள். அன்றும் அவள் கரும்ஊதா நிறத்தில் போட்டிருந்த ஆடையும் முகப்பூச்சும் எனது கண்ணையும் மனதையும் உறுத்தியது. அப்பாவின் இறுதி கிரியைக்கு தான் வர மறுத்த தோடு என்னைப் போய்வருமாறு கட்டாயப்படுத்தினாள். எனக்கு அப்போதும் அம்மாவின் மீது கோபம் தலைக்கேறியது என்றாலும் எதுவும் பேசாமலேயே நான் தனியாக அப்பாவின் கடைசி நாளில் பங்கு கொள்ளப் புறப்பட்டேன்.

அது ஒரு இயற்கைக்கு புறம்பான ஒரு நாள்போலவே அன்றைய தினம் இருந்தது. இறந்தவர் எனது அப்பா என்றாலும் அங்கு ஒரு அந்நியளைப் போலவே நான் உணர்ந்தேன். யாரும் என்னை கவனித்ததாக தெரியவில்லை. எல்லா முகங்களும் புதியனவாகவே இருந்தன. அப்பாவின் சடலமும் அவருடைய முதிர்ந்த சோகைபிடித்த முகமும் மிகுந்த வலியை உண்டாக்கின. மரப்பெட்டியுள் வைத்து மூடும் வரை அவருடைய முகத்தையே பார்த்துக்கொண்டிருந்தேன். அவருடைய புதிய மனைவிக்கும் பிள்ளைகளுக்கும் நண்பர் களுக்கும் மத்தியில் நான் தொலைந்து போய் தனியாக ஒதுங்கிப்போனேன். அவருடை மகள் என்னுடை சாயலில் இருந்தது எனக்குப் பிடிக்கவில்லை. அப்பாவைப் பற்றி பலரும் தமது ஞாபகங்களைப் பகிர்ந்து கொண்டனர். பெரும்பாலும் புகழ்ச்சி மொழியாகவே இருந்தன. எத்தனை பெரிய மனிதர்கள், சமூக அந்தஸ்துள்ளவர்கள் எல்லாம் உரையாற்றியபோது எனக்கு எத்தனை பெருமையாக இருந்தது. அம்மாவிற்கு மட்டும் ஏன் அப்பாவைப் பிடிக்கவில்லை என்பது எனக்கு எரிச்சலை மூட்டியது. யாருக்கும் சொல்லிக் கொள்ள வேண்டிய அவசியம் இன்றி வீடு வந்தேன்.

அம்மா எனக்காக அமைதியாகக் காத்திருந்தாள். அவளுடைய முகத்தில் ஒரு இறுக்கம் தெரிந்தது. எதுவும் பேசாமல் போய் அவள் அருகில் இருந்த இருக்கையில் அமர்ந்து கொண்டேன். அவளுக்கு எனக்கு எதும் சொல்லத்

தோன்றவில்லை. தேனீர்க் கோப்பை ஒன்றை மேசையில் வைத்தாள்.

"உன்னுடன் பேச வேண்டும்" என்றாள் அம்மா. எனது மௌனம் தொடர்ந்தது.

"உனக்கு இதுவரை சொல்லாத சில விசயங்களை இன்று நான் சொல்ல இருக்கிறேன். உனது அப்பாவினதும் எனது மான பிரிவு பற்றி நான் உனக்கு இத்தனை நாள் சொல்ல வில்லை. உனக்கு நினைவிருக்கிறதா சிறு வயதில் உனக் கிருந்த சினேகிதி லீனாவை?"

"ம்"

"அவளை அப்பா எப்போதும் எமது வீட்டில் இருந்து அவளது வீட்டிற்கு தனது வாகனத்தில் அழைத்து செல்வார். எனக்கும் அது பெருமையாகவே இருந்தது ஒரு காலத்தில். ஆனால் அவர் அந்த 11 வயதே நிரம்பிய லீனாவை ஒவ்வொரு முறையும் வீட்டிற்கு அழைத்துச் செல்லும் சாக்கில் பாலியல் துஷ்பிரயோகம் செய்திருக்கிறார். அது பல வருடங்களாகத் தொடர்ந்திருக்கிறது"

எனது முதுகின் முல்லந்தண்டில் இருந்து சூடான திரவம் ஊரத்தொடங்கியது. பழைய நினைவில் அதே மண்புழு வாசமும் நாயின் மூத்திரவாடையும் ஈரமாய் காற்றோடு மணக்கத் தொடங்கியது. அம்மா பொய் சொல்கிறாள் என்றே கத்தத் தோன்றியது. அடிவயிற்றில் இருந்து குமட்டல் எடுக்கத் தொடங்கியது. வயது ஏற்படுத்திய முதிர்ச்சியின் காரணமாக அப்படியே எனது மௌனத்தை நீடித்துக்கொண்டு பொறுமை யுடன் அமர்ந்து இருந்தேன்.

"இந்த விசயத்தை நான் அறிந்திருக்கவில்லை. அதை லீனா வீட்டினர் எப்படியோ அறிந்து கொண்டு எனக்குத் தொலை பேசியில் அறியத் தந்தனர். எனது வாழ்க்கையில் இந்தச் சம்பவம் எனக்கு பெரும் அதிர்ச்சியை தந்திருந்தாலும் இதை நான் கடந்தே தீரவேண்டிய நிலைக்குத் தள்ளப்பட்டேன். அப்பாவுடன் இதை பற்றிப் பேசியபோது. அவர் அதை ஒத்துக் கொண்டதுடன் அதைப் பற்றி யாருக்கும், முக்கியமாக உனக்கு சொல்லாமல் இருக்க வேண்டிக்கொண்டார். அதற்குப் பரிகாரமாக இந்த வீட்டையும் எமக்குத் தந்து எமது வாழ்க்கைச் செலவையும் ஏற்றுக்கொண்டார். லீனா வீட்டினருக்கும் தொகையான பணம் நஷ்ட ஈடாக வழங்கப்பட்டது. நானும் அதற்கு சரியென்று அவரை பிரிந்து செல்வதை ஏற்றுக்

கொண்டேன். இது நாள்வரை நான் உனக்கு சொல்லாததற்கு இதுதான் காரணம்".

அம்மா சொல்வதை என்னால் நம்பமுடியாவிட்டாலும், அதுதான் உண்மையாக இருக்கவேண்டும் என்று நடந்தேறிய சம்பவங்கள் எல்லாம் சரியான இடத்திற்பொருந்துவதாக இருந்தன. எல்லா பக்கத்தில் இருந்தும் எனது இழப்புகளின் காரணங்கள் புரியத் தொடங்கின. அப்பாவை நோக்கிய எனது ஏக்க உணர்வு இப்போது அலட்சிய உணர்வாக மாறிப்போனது.

வாழ்க்கையின் ஓட்டத்தில் வெகு தொலைவிற்குச் சென்று விட்ட எனது சினேகிதியை நான் தேடிப் போய்க் கொண்டிருக்கிறேன். அவளிடம் நான் பேச வேண்டும்.

●

பாண்டிபஜார் குட்டி ராஜா

நோர்வே நாட்டுப் பனிகாலத்தை எப்படி விரட்டுவது என்று வருடா வருடம் நான் படும் அவஸ்தை உங்களுக்கெல்லாம் சொல்லிப்புரியாது. அப்படியானதொரு பனிகாலத்தில் இந்தியா போகும் வாய்ப்பு எனக்குக் கிட்டியது. இது இரண்டாயிரத்து ஒன்பதாம் ஆண்டு மார்கழி மாதத்தின் இரண்டு வாரங்கள். மொத்தமாய் பதின்நான்கு நாட்கள். இந்தியா போவதென்றாலே எனக்குள் உள்ள நரம்புகள் எல்லாம் இசைமீட்கத் தொடங்கிவிடும். அதுவும் எனது தோழியும் நானும் மட்டும் எந்த கவலையுமல்லாமல் இத்தனை நாட்களையும் எமதாக்கிக்கொள்ளப் போகின்றோம் என்றால் என் மனநிலையை சொல்லமலே நீங்கள் உணர்ந்திருப்பீர்கள். விமானம் ஏறப்போகும் அந்த நாளுக்காகவே எனது மற்றைய நாட்கள் உருண்டோடி கொண்டிருந்தன. என் தோழி லண்டனில் இருந்து புறப்பட்டு வந்துகொண்டிருந்தாள். இருவரும் ஒரே நாள் இந்தியாவில் இருக்கும்படிக்கு விமானச் சீட்டுக்களுடன் எங்கள் பயணம் தொடங்கிற்று.

எங்களைத் தனியே விடுவது என்பதே பெரிய ஆபத்தான விடயம். அதுவும் எங்கள் இருவரையும் சேர்த்து தனியே விடுவது என்பது எங்கள் அன்பர்களுக்கு மாபெரும் சவாலான விடயமாகவே இருந்திருக்க வேண்டும்.

எங்கள் உறவுக்காரர்களின் வீடொன்றில் எமக்கான அறை ஒழுங்கு செய்யப்பட்டிருந்தது. பயணக்களைப்பு ஒருபக்கம், நேரவித்தியாசக் குழப்பம் ஒருபக்கம், வெயில் கொடுமைக்கு குளிரூட்டியைப் போட்டால் அது வேறு ஒத்துக்கொள்ளாத இம்சை மறுபக்கம் என்று உடல் அலுத்திருந்தாலும் சத்தியமாய் நாங்கள் இருவரும் அந்த இரவு முழுவதும் தூங்கவேயில்லை. நாங்கள் பேசி முடிக்க இந்த பதின்நான்கு நாட்கள் போதுமா என்றே தோன்றத் தொடங்கிவிட்டது.

எப்ப எங்கு போகவேண்டும் என்று நினைத்தோமோ அங்கெல்லாம் போய்வந்தோம். எந்த உணவு வேண்டும் என்று நினைத்தோமோ அதைத் தேடிப்போய் சாப்பிட்டோம். வாழ்க்கை என்றால் இப்படி அல்லவா இருக்கவேண்டும். இஸ்டத்திற்குப் படம் பார்த்தோம். இப்படிப் பலவகையான அனுபவங்களும் சந்தோசங்களும் எங்களுக்குக் கிடைத்தன. இந்த சென்னை மாநகரமே எங்களுக்காக படைக்கப்பட்ட தாயிருந்தது. மொத்தத்தில் சென்னை நகரத்தின் பாதிக் கடைக்காரர்கள் எமக்கு மிகவும் பழக்கப்பட்டவர்களாகிப் போனார்கள். வழமைபோல ஒரு நாள் காலை ஒன்பது மணிக்கே கிளம்பி பாண்டி பஜார் என்று அழைக்கப்படும் கடைத்தெருவிற்கு வந்து சேர்ந்தோம்.

கடைகளெல்லாம் அடைக்கப்பட்டிருந்தன. ஓட்டோ காரனோ சொன்னபடி நாயுடுஹால் வாசலில் எம்மை தூக்கிப் போட்டுவிட்டு போயே போய்விட்டான். எப்போதும் சுறுசுறுப்பாக இயங்கிக்கொண்டிருக்கும் தெரு வெறிச்சோடிக் கிடந்தது எமக்கு ஆச்சரியத்தை ஈட்டித்தந்தது.

அதுவும் எமக்கு ஒருவித அமைதியைத் தர மரங்களின் நடுவே பாதையில் இதமான வெப்பத்தில் நடந்துகொண்டிருக்கும் போது எங்களைக்காண்டிச் சென்ற பெரியவரை பார்த்து, ஏன் கடைகள் அடைக்கப்பட்டிருக்கின்றன என்று கேட்டோம். இன்று ஞாயிற்றுக்கிழமை கடைகள் பத்துமணிக்குப் பின்புதான் திறப்பார்கள் என்று சிரித்துவிட்டுப் போனார்.

இனி என்ன... எங்காவது ஒரு கடையில் தேனீர் குடிக்கலாமா என்ற யோசனையில் கடை தேடத் தொடங்கினோம்.

பக்கத்தில் ஒரு சிறுவன் தெனாவெட்டாக நின்று கொண்டு "அக்கா பசிக்குது, காசு கொடேன்" என்றான். ஒரு பத்து வயதிருக்கும். அவன் நின்ற விதமும் கேட்ட தோரணையும் தலைவர் ரஜினி போல இருக்க, மனம் அவனுடன் பேசத் தூண்டியது.

"ரஜினி ரசிகனாடா நீ? என்டா உனக்குக் காசு?" என்றேன்.

"பசிக்குதுக்கா! நேத்து மதியம் சாப்பிட்டது. அம்மா தூங்கிட்டு இருக்கு."

"எழுப்ப வேண்டியது தானே. இப்பதான் மணி ஒன்பதாகப் போகிறதே."

"பெரிசா கத்துங்கா. துடப்பக்கட்டை இருந்தா எடுத்து சாத்திடுங்கா, நேத்து முழுக்க நல்லா தண்ணியடிச்சிட்டு படுத்துக் கெடக்கு' என்று பயங்கர சோகமான முகபாவத்துடன் சொன்னான்.

எனக்கு ஏதோ சுறுக்கென்று வந்தது. அந்த அம்மாவை நாலு கேள்வி கேட்க வேண்டும் போல இருந்ததை அழுக்கிக் கொண்டு மேலும் பேசத்தொடங்கினேன்.

"சரி, உனக்கு அப்ப சாப்பாடு வாங்கித் தரவா?" என்று என் தோழி அவனைப் பார்த்துக் கேட்டாள்.

"சரிக்கா. இட்லி வாங்கித்தர்றியா?" அவன் போட்டிருந்த மேலாடையும் காற்சட்டையும் பல மாதங்களாக தோய்க்கப் படவில்லை போல அழுக்காகி கிடந்தது அவனும் நிச்சயமாக ஒரு மாதத்திற்கு மேல் குளித்திருக்கமாட்டான். முகத்தில் அங்கங்கே திட்டுத்திட்டாய் அழுக்குப் படிந்திருந்தது.

"நான் உனக்கு காசு தாரேன். அந்தா எதிரில் சரவணபவன் சாப்பாட்டுக்கடை இருக்கு பார். ஓடிபோய் வாங்கிட்டு வா. சரி, எத்தனை இட்லி வேணும் உனக்குச் சொல்லு"

"ஒரு பதினெஞ்சு இட்லி"

"சூடா பதினெஞ்சு இட்லி? அவ்வளவு சாப்பிடுவியா?"

"வீட்ல அம்மா அப்புறம் அக்கா எல்லாம் சாப்பிடும்"

சரியென்று ஒரு இருநூறு ரூபாயை எடுத்துக் கொடுத்து "போய் வாங்கிட்டு வா நான் இங்கே இருந்து உன்னை பார்த்து கொண்டிருப்பேன் சரியா?'' என்றேன்.

"இல்லலக்கா நீயே போய் வாங்கித் தாக்கா" என்றான்.

"ஏண்டா?"

"என்னைக் கடைக்குள்ளாற எல்லாம் சேர்த்துக்கமாட்டாங்க. கிட்ட போனாலே வெரட்டுவானுக. நீயே வாங்கிக் கொடேன்" என்றான். சரி வா என்று நானும் தோழியுமாய் இட்லி வாங்க அவனையும் அழைத்துச்; சென்றோம். மனதிற்குள் ஏதோ பாரமாகத் தொடங்கியது. அவனை அழைத்துக்கொண்டு நாங்களும் அவனுடன் கடை வாசலிலேயே நின்று பதினைந்து இட்லி பார்சல் பண்ணச் சொன்னோம். கடைக்காரன் எங்களை உள்ளே கூப்பிடுவதா, விடுவதா என்ற குழப்பத்துடன் சங்கடப்பட்டுக்கொண்டு எங்களைப் பார்த்து அசட்டுச் சிரிப்பு சிரித்துக்கொண்டிருந்தான்.

இட்லி வந்ததும் சந்தோசமாக வாங்கி வைத்துக்கொண்ட வன் நான் கிளம்பட்டுமாக்கா என்றான். அதற்கிடையில் அவனுடைய அக்கா கனகவல்லி நாங்கள் நின்ற இடத்திற்கு வந்து சேர்ந்தாள். பதினாறு வயதவளுக்கு. பயங்கரமாக வெட்கப்பட்டுக்கொண்டிருந்தாள். அழகான பெண். குளித்து ஒரு சாதாரணச் சுடிதார் போட்டாலே குட்டி தேவதையாகி விடுவாள்.

"ஏண்டா, நீ பள்ளிக்கூடம் போவியா?" என்று கேட்டேன்.

தலையை சொறிந்த வண்ணம், "எப்பவாவது 'போவேன். அங்க போனா பசங்க கிண்டல் பண்ணுவானுக. அதனால எப்பவாவது தான் போவேன்க்கா' நீங்க எங்க அக்கா இருக் கிங்க?' என்று சம்பாசணையை நீடித்துக் கொண்டிருந்தான்.

"நான் வெளிநாடு. நோர்வே பத்திக் கேள்வி பட்டிருக்கியா?"

"லண்டன் பக்கத்திலயா"

"ம்"

"ஏன்கா அங்க போனீங்க? இங்க நல்லாத்தானே இருக்கு"

"உனக்கு வெளிநாடு பிடிக்காதா? கூப்பிட்டா போக மாட்டியா? முதல்ல நீ ஒழுங்கா பள்ளிக்கூடம் போகனும் சரியா. அப்புறம் குளிக்கணும்"

"குளிக்கிறதெல்லாம் தொழிலுக்காகாதுக்கா." என்று மாபெரும் தொழிலதிபர் போல அவன் பேசிய தோரணையும் அவனுடைய தன்நம்பிக்கையும் எனக்கு வியப்பாக இருந்தது.

"எனக்கென்னக்கா குறை? நான் இங்க ராஜா மாதிரி இருக்கேன்" என்று பெருமிதமாய் தலைவர் ரஜினி பாணியில்

தலையை ஒரு சிலுப்பி சிலுப்பி தனது வழியில் செல்லத் தொடங்கினான். எங்களை சுற்றிக் கூட்டம் வரத் தொடங்கவும் நாங்களும் அங்கிருந்து மெதுவாய் கழன்று கொண்டோம். ரோட்டோரமாக கிடந்த நடைபாதையின் ஓரத்தில், மதிற்சு வோடு ஒட்டியபடி சில துணி மறைப்புகளால் கொண்ட தனது மாளிகைக்குள் சந்தோசமாகப் போய் உட்கார்ந்து கொண்டான்.

அழுக்கேறிய துணிகளும் இரண்டு நெளிந்த சாப்பாட்டுக் கோப்பைகளும் வாகனப் புழுதியிலும், வெயில் கொடுமையிலும் நிறம் மாறிக் கிடந்தன. இந்த நாலடி நிலத்திலிருந்து அவன் எப்போதும் விரட்டப்படலாம் என்ற என் கவலை அவனுக்கு இருந்ததாகவே தெரியவில்லை. அவனுடைய அம்மா ஒருபக்கம் விலகிய புடவையுடன் சுவரோடு ஒட்டியபடி அசைவின்றிப் படுத்திருந்தாள். அவன் சொன்ன துடப்பக்கட்டையும் அங்கு ஓர் ஓரமாகக் கிடந்தது.

●

வீடு மரம் மனிதம்

அது ஒரு அழகான ஓவியம். பெரும் ஓவியர்களால் வரையப்படவில்லை எனினும் அவ்ஓவியம் மனதிற்குப் பெரும் ஆறுதலைத் தந்துகொண்டிருந்தது. பென்சில் கோடுகளால் நேர்த்தியின்றி வரையப்பட்ட ஓவியத்தில் ஒரு பெரிய கடற்கரை, உச்சியில் மஞ்சள் நிலவு, கொட்டிக்கிடக்கும் நட்சத்திரங்கள், நிறங்கள் மாறாத பூக்கள், விழுதுகள் பதிந்த ஒரு மரம் அதன் கீழ் ஒரு தாயும் மகனும் நின்றுகொண்டிருந்தார்கள். பக்குவ மாக சமயலறைச் சுவரில் அந்த ஓவியத்தை மாட்டி வைத்தேன். ஆறு வயதுடைய சிறுவன் ஒருவன் புத்தகப் பையுடன் வெகுதீவிரமாக நின்று கொண்டிருந்த புகைப்படம் ஒன்றும் அந்த ஓவியத்துடன் இணைக் கப்பட்டிருந்தது.

இலங்கையை விட்டுப் புலம் பெயர்ந்து வெளிநாடுகளில் வாழும் தமிழர்களுக்கு மனதில் ஒருவிதக் குற்றஉணர்வு இருந்துகொண்டே இருக்கின்றது. குற்ற உணர்வுக்கு வடிகால் தேடும் முகமாகஇலங்கையில் வாழும் தமிழ்

மக்களுக்களின் வளர்ச்சிக்காக ஏதோ ஒருவகையில் அனைவரும் பங்கெடுக்கின்றனர். வெளிநாடுகளில் இருந்து பலதரப்பட்ட உதவிகளைச் செய்து வருகின்றனர். எனக்கும் இந்தக் குற்ற உணர்வும் குறுகுறுப்பும்உண்டு. ஒரு சேவை அமைப்பினால் அனுப்பப்படும் கோரிக்கையின் மூலம் நானும் இலங்கையில் இருந்து ஒரு பிள்ளையின் வாழ்க்கைச் செலவை ஏற்றுக் கொள்வதாக அவர்களுடன் ஒப்பந்தம் செய்து கொண்டேன். இலங்கையிலிருந்து சிறுவனுக்கு ஆதரவளிக்கும் வாய்ப்பு எனக்குக் கிடைத்தது.

எனது மகனின் புகைப்படத்திற்குஅருகில் இருந்த அச்சிறு வனின் படத்தை பார்த்த என் வீட்டிற்கு வந்திருந்த நண்பர் ஒருவர் அச்சிறுவனைப் பற்றி விசாரித்தார். நானும் செய்து கொண்ட ஒப்பந்தத்தைப் பற்றி அவரிடம் கூறினேன். அவருக்கும் அப்படிச் செய்வதில் ஆர்வமாக இருப்பதாகச் சொன்னார். மாநிறமும், மெல்லிய உடல்வாகும் கொண்ட அச்சிறுவனின் படத்தைக் கையில் எடுத்துப் பார்த்த வண்ணம் அவனுடையபெயர் கேட்டார். எந்தஊர் என்றார்.

"ஊர் தெரியவில்லை. பெயர் இசாரா"என்றேன்.

"ஓ! சிங்களப் பெடியனே? ஏன் தமிழ்ப் பிள்ளை ஒன்றை எடுத்திருக்கலாமே. உவங்களுக்கு ஏன் நாங்கசெய்யவேணும்? அரசாங்கம் இருக்குத்தானே. பேசாமல் தமிழ் பிள்ளை ஒன்றை மாத்தியெடுங்கோ. இவன் படிச்சா என்ன, விட்டா என்ன" என்று சொல்லிவிட்டுப் போய்விட்டார்.

எனக்கும் மனதிற்கு ஒரு மாதிரியாகத்தான் இருந்தது. எத்தனை தமிழ் பிள்ளைகள் எவ்வளவு துன்பத்தில் இருக்கும்போது அவர்களுக்குச் செய்யவில்லையே நான் என்ற ஆதங்கம் வர, குழந்தைகள் பாதுகாப்பு அமைப்பிற்கு மீண்டும் தொடர்பு கொண்டேன்.

இசாரா என்ற சிறுவன் பின்தங்கிய கிராமத்தில் பிறந்தவன். தகப்பன் இல்லை. தாயோடு தனியாக வறுமையில் வாழ்பவன். அனுப்பிய சிறிய தொகைப் பணத்தில் தனது எதிர்காலம் இருக்கப் போவதாக நம்புபவன் இந்தச் சிலமாதங்களுக் குள்ளாகவே பலமுறை கடிதம் அனுப்பியிருந்தான்.அவன் வரைந்து அனுப்பும் ஓவியங்கள் எங்கள் வீட்டுச் சுவர்களில் அப்பப்போ தொங்க விடப்படும். சிங்களத் தாய்க்குப் பிறந்தவன் என்ற காரணத்திற்காக மட்டும் அவனுடைய உதவித் தொகையை நிறுத்த எனக்கு மனம் வரவில்லை.

குழந்தைகள் பாதுகாப்பு நிறுவனத் தொலைபேசியில் ஒரு பெண் பேசினாள். நான் அவர்களுடைய அமைப்பில் அங்கத்தவராக இருப்பதாகவும் இன்னும் ஒரு குழந்தைக்கு ஆதரவு அளிக்க விரும்புவதாகவும் அவளிடம் கூறினேன். எந்த நாடாடென்றாலும் ஏற்றுக் கொள்வாயா என என்னை அவள் கேட்டாள். எனக்கு இலங்கையில் இருந்துதான் வேண்டும் எனவும், சென்ற முறை போலல்லாது எனக்கு தமிழ்ப் பகுதியில் இருந்து குழந்தை ஒன்று வேண்டும், சிங்கள மொழி பேசினால் வேண்டாம் எனவும் கூறினேன். அவள் ஏதாவது விளக்கம் கேட்டுவிடக்கூடும் என்றுதமிழ் பகுதியில் தான் அதிகமாகஉதவிகள் தேவைப்படுகின்றன எனஅவள் ஏதும் கேட்காமலேயே கூடுதல் தகவலும்கொடுத்தேன்.

அப்படிதாம் கொடுக்க முடியாது எனவும். எந்த நாடு என்பதை மட்டுமே நாம் தெரிவு செய்யமுடியும் மற்றபடி அந்தக் குழந்தையின் இன, மத, மொழி அடிப்படையில் பாகுபாடு பார்த்துக் கொடுக்கும் வாய்ப்பு தமக்கில்லை, மட்டுமில்லாமல் தமிழ்ப் பகுதிக்குள் சென்று வேலை செய்யும் நிலைமை இலங்கையில் இன்னும் எமக்குக் கிடைக்கவில்லை என்றாள். தேவை யென்றால் மீண்டும் தொடர்பு கொள்வதாகக் கூறி தொலைபேசியை வைத்தேன்.

இன்னும் ஒரு சிங்களக் குழந்தை வேண்டாம். ஒரு வகையில் என் நண்பர் சொல்வதுபோல சிங்களக் குழந்தைகளுக்கு அரசாங்கம் இருக்கிறதே. நமது தமிழ்க் குழந்தைகளுக்கு நாம்தானே செய்யவேண்டும் என்பது சரியெனவும் தோன்றியது. குழந்தையென்றால் எல்லாம் குழந்தை தானே என்ற எண்ணமும் ஒருபக்கச் சிந்தனையில் இருந்தது.

குழந்தைகளில் கூட பாகுபாடு பார்க்கும் மனநிலை ஏன் எமக்கு வந்தது? இனம், மதம், மொழி, அரசியல் கருத்து வேறுபாடுகள், கலாச்சார முரண்பாடுகள், வாழியல் முறை மைகள் எல்லாம் ஒற்றுமைக்கு எதிரான சொற்களா? ஒற்றுமை என்பதன் சாராம்சம் என்ன? அதன் அளவுகோல் எது போன்ற கேள்விகளை எனது நண்பருடன் நான் விவாதிப் பதுண்டு.

தமிழ்க் குழந்தையா சிங்களக் குழந்தையா என்ற குழப்பத்தில் இசாராவிற்குப்பின் எங்கள் சமயலறையில் வேறு ஒருவருடைய புகைப்படமும் வைக்கப்படவில்லை. எனது நண்பரும் ஒவ்வொரு முறை வரும்போதும் அந்தப் பிள்ளையின் உதவித்

தொகையை வேறு ஒரு தமிழ்க் குழந்தைக்குக் கொடு என்ற உபதேசத்தை நிறுத்துவாதாயில்லை. தமிழ்க் குழந்தைகளுக்கு ஆதரவளிக்க முடியும் என்றால் அதையும் செய்வோம். அதற்காக இந்தக் குழந்தையின் படிப்பை இடையில் இல்லாமல் செய்வது எனக்கு சரியாகத் தெரியவில்லை என்று பேச்சை முடித்து விட்டேன். ஆனாலும் எனது நண்பருடைய பார்வையில் நான் ஒரு குட்டித் துரோகிதான்.

நண்பர் விடைபெற்றுச் சென்ற அன்றைய மாலை நோர் வேஜிய பெண்மணி ஒருவருடைய வீட்டிற்கு ஒரு கலாச்சார நிகழ்வு தொடர்பாக பேசுவதற்குப் போயிருந்தேன். பெரிய மாளிகையைப் போல ஒதுக்குப்புறமாக இருந்தது அவர் களுடைய வீடு. இளவேனிற் காலம் ஆகையால் புற்களும் பூக்களும் வீட்டைச் சுற்றி அழகாக இருந்தன. வாழ்தலுக் கான அறிகுறி தோட்டத்திலும், முற்றத்திலும் சிதறிக்கிடந்த விளையாட்டுப் பொருட்களிலும் தெரிந்தது. பழங்காலத்து மெத்திருக்கை, நோர்வேஜியத் தளபாடங்கள் என வீடு பொருட்கள் நிறைந்ததாய் இருந்தது. கண்காட்சியைப் போல பொருட்கள் அடுக்கி வைக்கப்படாமல் ஒழுங்கற்றுக் கிடந்தன. அமைதியான, நிமிர்ந்த முதுகுடைய பெண்மணி அவர். எப்போதும் அவருடைய முகத்தில் புன்னகை ஓடிக் கொண்டிருந்தது.

தேனீர்க் கோப்பையொன்றை என் கைகளில் தந்த நோர்வேஜியப் பெண்மணி, தான் இலங்கைக்கு சென்றிருப் பதாகவும், அங்கே சில காலம் வாழ்ந்ததாகவும் கூறினார். எனக்கு அவருடைய பயணத்தைப் பற்றி அறிவதில் ஆர்வம் ஏற்பட இலங்கையைப் பற்றிய பேச்சு வளரத் தொடங்கியது. அப்பெண்மணியின் பெயர் சிசீலிய. சிசீலிய தனக்கு மூன்று குழந்தைகள் எனவும் அதில் இரண்டு குழந்தைகள் இலங்கையில் பிறந்ததாகவும் கூறினார். எனக்கு ஆச்சரியமாக இருந்தது. ஒரு மகன் கண்டியிலும் மற்றவன் தமிழ்ப் பிரதேசத்திலும் பிறந் தார்கள் என அவர்களுடைய நிழற்படங்களைக் காட்டுவதற்காக என்னை அழைத்துச் சென்றாள்.

சுவரை நிறைத்திருந்த புகைப்படங்களில் இரு படங்களில் என் நிறமொத்த இரு சிறுவர்கள் இருந்தார்கள். அவர்கள் இலங்கை நாட்டவர் போல இருந்ததால் அவர்களை யார் எனக் கேட்டேன். இவர்கள்தான் எனது குழந்தைகள். சிறுவயதிலேயே இங்கு தத்தெடுத்து வந்தேன். இருவரும் இப்போது பாடசாலைக்குப் போய் விட்டார்கள். ஒருவனுடைய

உயிரியல் தாய் சிங்கள மொழி பேசுபவர். இவன் கண்டியில் பிறந்தவன். மற்றவன் தமிழ்ப் பகுதியில் பிறந்தவன். அவனைப் பெற்றெடுத்தவள் ஒரு தமிழ்ப் பெண்மணி. இவர்களுக்கு அவர்களுடைய மொழி தெரியுமா என்றேன். இல்லை, குழந்தையாக வந்தவர்கள் என்பதால் தெரியாது. அவர் களுடைய தாயுடன் தனக்கு தற்போதும் தொடர்பு இருப்பதாகவும் ஆனால் தனது மகன்கள் இருவருக்கும் அவர் களுடைய இனச்சமூகத்துடன் எவ்வித தொடர்பும் இல்லையென்றும் கூறினார். தனது குழந்தைகள் முழுமையாக நோர்வேஜியர்களாகவே வளர்க்கப்பட்டிருப்பதாகவும் தெரிவித்தாள்.

எனக்கு அப்போது என்ன பேசுவது என்று தெரியவில்லை. மூன்றாவதாக தனக்குப் பிறந்த ஒரு பெண் குழந்தையையும் காட்டினாள். தனது இரண்டு அண்ணன்மாரையும் இறுக்கி அணைத்தபடி சிரித்துக் கொண்டிருந்தாள் ஐந்து வயதே நிரம்பிய மூன்றாவது மகள். சிசிலியாவிடம் விடைபெற்று வந்த பின்னாலும் எனது மனம் ஒருவித சஞ்சலத்தில் இருந்தது. எனது வாகனத்தில் ஏறி அமர்ந்து கொண்டபோது அவளுடைய பிள்ளைகள் பாடசாலை விட்டு மிதிவண்டியில் வந்து கொண்டிருந்தார்கள். அவர்களின் நடவடிக்கைகளை வாகனத் தில் இருந்தபடியே பார்த்துக் கொண்டிருந்தேன். எனக்கு அப்போது வாகனத்தை ஓட்ட முன்பு சிறிதுநேரம் தேவையாய் இருந்தது. அமைதியும் ஏதோ ஒருவித இழப்பும் கலந்த மனநிலை. எனது இந்த மனிதப் பிறவியில் ஏதோ ஒரு குறைபாடு இருப்பதைக் கண்டுகொண்ட மனம் சலனப்பட்டுக் கொண்டேயிருந்தது. வெறுமை, சஞ்சலம், தாழ்வுமனம் இவைகளை மேவிய சிறயதொரு அமைதி. எப்படி சொல்வது? இந்த உணர்வை எழுத்துக்களில் தரமுடியாதவளாகவே இருக்கின்றேன்.

வாகனத்தின் பக்கக் கண்ணாடியில் சிசிலியாவினுடைய வீடு மறையும் வரை பார்த்துக் கொண்டே வந்தேன். பேசிச் சிரித்தபடியே மூன்று தாயின் பிள்ளைகளும் அழகான அந்த வீட்டிற்குள் போனபோது அந்த வீடு இன்னும் அழகாக ஆகி விட்டிருந்தது. கட்டிடம் மறைந்த பின்னும் கண்முன் விசாலமாகத் தெரிந்தது வீடு.

●

www.ingramcontent.com/pod-product-compliance
Lightning Source LLC
Chambersburg PA
CBHW020742160726
47993CB00006B/2578